प्रयोग
वनस्पती विज्ञानाचे

वनस्पती विज्ञानाचे सचित्र प्रयोग

डी. एस. इटोकर

मेहता पब्लिशिंग हाऊस

✆ +91 020-24476924 / 24460313 / Mob. No. 9545000513
Email : production@mehtapublishinghouse.com
Website : www.mehtapublishinghouse.com

PRAYOG VANASPATI VIDNYANACHE by D. S. ITOKAR

प्रयोग -वनस्पती विज्ञानाचे : डी. एस. इटोकर / विज्ञानविषयक

Email : author@mehtapublishinghouse.com

संस्थापक : सुनील अनिल मेहता

प्रकाशक : मेहता पब्लिशिंग हाऊस प्रा. लि.,
१९४१, सदाशिव पेठ, माडीवाले कॉलनी, पुणे - ४११०३०.

मुद्रक : ट्रिनिटी अ‍ॅकॅडमी फॉर कॉर्पोरेट ट्रेनिंग लिमिटेड

मुखपृष्ठ : चंद्रमोहन कुलकर्णी

प्रकाशनकाल : मे, २०१७ / पुनर्मुद्रण : जानेवारी, २०२४

किंमत : ₹ १६०

P Book ISBN 9789386454973
E Book ISBN 9789386745606
E Books available on : amazonkindle Apple Books Google Play Books

---

वनस्पती, निसर्ग,
प्राणी, पक्षी व पर्यावरण
यांच्यावर प्रेम करणाऱ्या
सर्व बाल वाचकांना.

मनोगत

शालेय अभ्यासक्रमात आपण अनेक विषयांचा अभ्यास करतो. त्यातील काही विषय आपल्याला जास्त आवडतात तर काही कमी. आपल्याला आवडणाऱ्या विषयात काही ना काही नवीन करण्याची आपली धडपड चालू असते.

आतापर्यंत भौतिक विज्ञानावर मी पुष्कळ लिखाण केले आहे. 'वनस्पती विज्ञान' हा आवडीचा विषय असल्याचे मला अनेकांनी सांगीतले. म्हणूनच एक नवीन प्रयोग म्हणून 'प्रयोग वनस्पती विज्ञानाचे' हे पुस्तक मला लिहावेसे वाटले. वनस्पती विज्ञानात रुची असणाऱ्या बाल वाचकांना यातील अनेक प्रयोग करून निष्कर्ष काढता येतील.

वनस्पतीची मुळे, खोड, पाने हे सर्व अवयव प्रयोगात आहेत. शालेय अभ्यासक्रमाची सांगड घालून याची रचना केली आहे. त्यामुळे वर्गात न येणारा प्रयोग सहजरीत्या घरी करता येतो. वनस्पती विज्ञानातील प्रयोगामुळे वनस्पती, निसर्ग, पर्यावरण, पक्षी, कीटक यांची ओळख होऊन पर्यावरण या विषयाचा अभ्यास वाढेल.

माझे हे पुस्तक बालवाचकांना आवडेल अशी आशा आहे.

– डी. एस. इटोकर

दोन शब्द

मी आत्तापर्यंत भौतिक विज्ञानावर पुष्कळ लिखाण केले. वाचकांना ते लिखाण आवडले. तशी त्यांची पत्रेसुद्धा आली. काही पत्रे अशीसुद्धा आली की, 'सर, आम्हाला प्रयोग करावेसे वाटतात, पण वनस्पती-विज्ञान आमचा आवडीचा विषयी असल्याने त्या विषयावर एखादे पुस्तक आपण लिहा.'

त्यांच्या पत्राचा मान राखण्यासाठी मी भौतिक विज्ञानाबरोबर वनस्पती विज्ञानाचा अभ्यास सुरू केला. अनेक पुस्तके वाचली, अनेक संदर्भ गोळा केले. त्यातूनच आज माझ्या हातून 'प्रयोग- वनस्पती विज्ञानाचे' या पुस्तकाचे लेखन पूर्ण झाले आहे.

वनस्पतीची मुळे, खोड, पाने हे सर्व अवयव प्रयोगात आहेत. शालेय अभ्यासक्रमाची योग्य प्रकारे सांगड घालून सर्व रचना केली आहे. त्यामुळे वर्गात करता न येणारा प्रयोग आपण घरी करत आहोत असे वाटते.

भौतिक-विज्ञानात एखादा प्रयोग ताबडतोब निष्कर्षापर्यंत पोहोचतो, पण वनस्पती विज्ञानात अनेक दिवस वाट पाहावी लागते. तेवढा धीर मात्र धरावयास हवा. कारण वनस्पतीची वाढ किंवा बदल आपल्या मनाप्रमाणे होत नाही. त्यामुळे बरीच वाट पाहावी लागते.

माझ्या इतर पुस्तकांप्रमाणेच हेही पुस्तक आपणास आवडेल अशी आशा बाळगतो.

– डी. एस. इटोकर

अनुक्रमणिका

वनस्पतीचे वर्गीकरण

वनस्पती-विज्ञानाचा अभ्यास करण्याच्या अगोदर वनस्पतीचे वर्गीकरण कसे होते त्याची माहिती पाहू.

ज्या वनस्पतींना फुले येतात त्यांना सपुष्प वनस्पती म्हणतात. उदा. जास्वंद, शेवंती, गुलाब, मोगरा, आंबा, धोतरा, जाई, जुई, सदाफुली या त्यापैकी काही वनस्पती आहेत.

उकिरड्यावर आपण छोट्या छोट्या छत्र्या पाहतो त्यांना भूछत्र म्हणतात. पाव जास्त शिळे झाले तर त्यावर बुरशी येते. भूछत्र अणि बुरशी यांना फुले येत नाहीत म्हणून त्यांना अपुष्प वनस्पती म्हणतात-स्पायरोगायरा, नेचे, कवक या अपुष्प वनस्पती आहेत.

खोडाच्या प्रकारावरून वनस्पतीचे भाग पडतात. खूप उंच वाढणाऱ्या मजबूत व टणक खोड असलेल्या वनस्पतीला वृक्ष म्हणतात. पिंपळ, वड, आंबा, जांभूळ निंब, बाभूळ हे वृक्ष आहेत.

ज्या वनस्पती मध्यम उंचीच्या असतात व ज्यांचे खोड मजबूत असते त्यांना झुडूप म्हणतात. जास्वंद, कण्हेर, गुलाब, संत्रे, लिंबू अशा वनस्पतीला झुडूप म्हणतात.

ज्या वनस्पतीचे खोड कमकुवत असते व त्या दुसऱ्या आधाराने वाढतात त्यांना वेल म्हणतात. कारले, दोडके, भोपळे, काकडी, द्राक्षे, कलिंगड हे वेल आहेत. कलिंगडाचे वेल जमिनीवर वाढतात.

ज्या वनस्पतीचे खोड मऊ आणि लवचिक असते व त्यांची उंची एक ते दीड मीटर असते अशांना रोपटे म्हणतात. तुळस, गवती चहा, हरभरा, मिरची, तीळ यांची रोपटे असतात.

ज्या वनस्पती अनेक वर्षे जगतात व अनेक वर्षे फळे, फुले देतात

त्यांना बहुवार्षिक वनस्पती म्हणतात.

मुळा, गाजर, बीट या वनस्पतीचे जीवनचक्र दोन वर्षात पूर्ण होते त्यांना द्विवार्षिक वनस्पती म्हणतात.

ज्वारी, बाजरी, मका, सूर्यफूल यांना एकदाच फुले व फळे येतात. त्यानंतर त्या वाळतात. म्हणून त्यांना वार्षिक वनस्पती म्हणतात.

❖

वनस्पतीचे अवयव व रचना

वनस्पती-विज्ञानाचे प्रयोग करण्यापूर्वी वनस्पतीचे अवयव कोणते

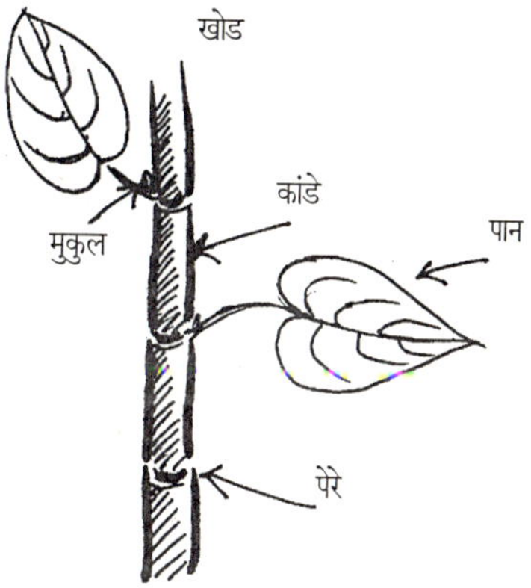

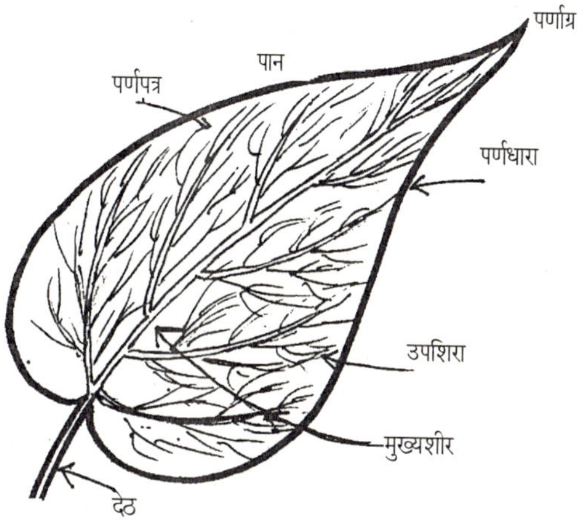

आहेत व त्यांची रचना कशी असते, याचे ज्ञान असणे आवश्यक आहे. त्यामुळे प्रयोग करणे सोपे जाते. वनस्पतीचा एक अवयव म्हणजे मूळ होय. या मुळाबद्दल माहिती पाहू.

बीज किंवा बी यामध्ये आदिमूळ व अंकुर हे भाग असतात. बी रुजले म्हणजे आदिमुळापासून मुळाची वाढ जमिनीखाली होते. जमिनीत मुख्य मुळांना उपमुळे फुटतात. मुळाच्या टोकाच्या भागावर केसासारखे धागे असतात. त्यांना **मूलरोम** म्हणतात. मुळाच्या टोकाला इजा होऊ नये म्हणून त्यावर एक टोपी असते. ही टोपी मुळाच्या टोकाचे संरक्षण करते. तिला **मूलटोपी** म्हणतात.

वनस्पतीचा दुसरा अवयव **खोड** आहे. बियामधील अंकुराची वाढ वरच्या दिशेने होते. त्याची लांबी वाढली म्हणजे त्याचे खोड तयार होते. हे खोड जसजसे मोठे होईल तसतशी त्याची लांबी वाढत जाते.

फुलाचे भाग

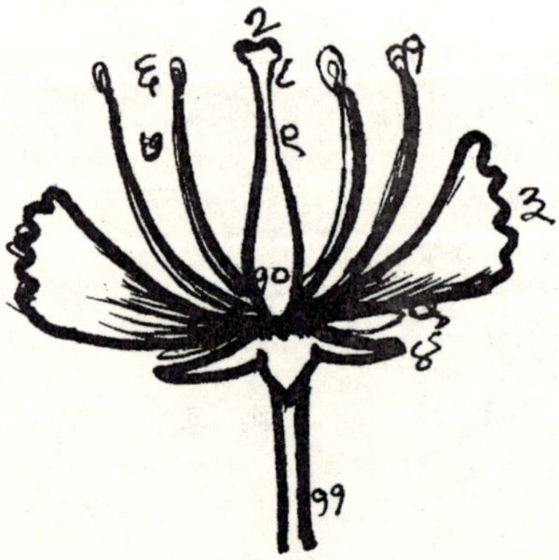

१) पुंकेसर
२) स्त्रीकेसर
३) पाकळ्या
४) निदलपुंज
५) बाह्यदल
६) कळा
७) केसर
८) स्त्री केसराग्र
९) पराग वाहिनी
१०) बीज कोश
११) देठ

खोडावर **पेरे** असतात. ज्या ठिकाणी पेरे असतात त्या ठिकाणी पाने फुटतात. दोन पेरांतील अंतराला **कांडे** म्हणतात. पेर आणि पान यांच्या मधल्या जागेत कोंबासारखा भाग असतो. त्याला **मुकुल** म्हणतात. या मुकुलापासून फांद्या फुटतात.

वनस्पतीचा तिसरा अवयव **पान** होय. खोडाला पेराच्या जागी पाने फुटतात. ती हिरव्या रंगाची असतात, पानाच्या पसरट भागाला **पर्णपत्र** म्हणतात. पानाच्या कडेच्या भागाला **पर्णधारा** म्हणतात. पुढच्या टोकाला **पर्णाग्र** म्हणतात. काही पानांना देठ असतात तर काही पानांना देठ नसतात. पानाला देठापासून टोकापर्यंत लांब **शीर** असते. तिला उपशिरा

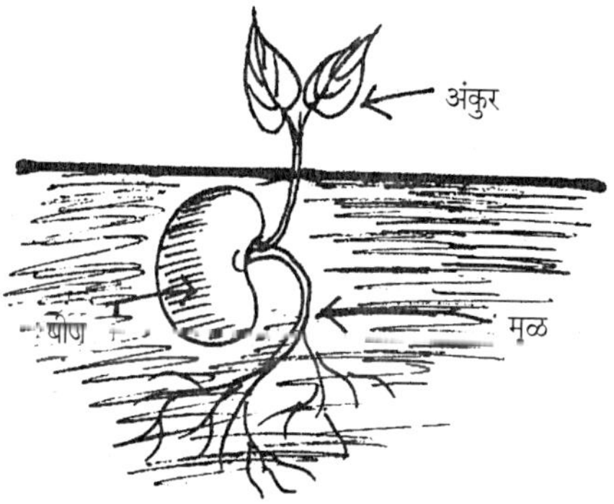

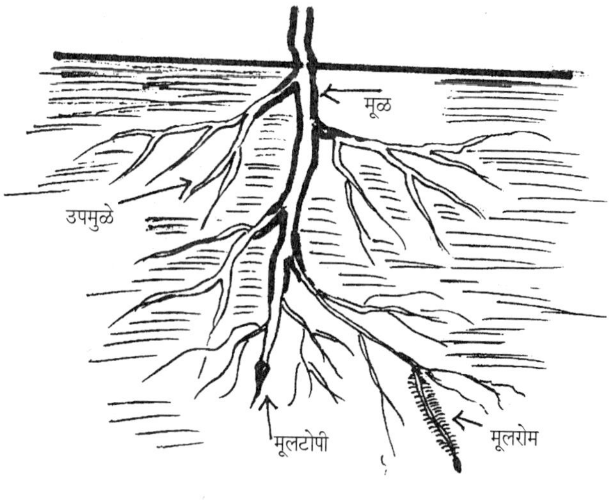

असतात. या शिरांमधून पानाला आधार मिळतो व पाणी, अन्न यांचा पुरवठा होतो.

वनस्पतीचा चौथा अवयव फूल आहे. फुलाला लांब किंवा आखूड देठ असतो. फुल ज्या ठिकाणी देठाला येते तो भाग पसरट व फुगीर असतो. त्याला **पुष्पाधार** म्हणतात. निदलपुंज, दलपुंज, पुमंग आणि जायांग हे फुलाचे इतर भाग आहेत.

निदलपुंज हे हिरव्या रंगाचे असते.

दलपुंज म्हणजे फुलाच्या पाकळ्या, या वेगवेगळ्या वासाच्या व वेगवेगळ्या रंगाच्या असतात.

एकसारखे तुरे असलेल्या भागाला पुमंग म्हणतात. हा भाग पुंकेसराचा बनलेला असतो.

फुलात एक निराळा आकार असलेला तुरा असतो. या तुऱ्याला जायांग म्हणतात. हा भाग स्त्रीकेसराचा बनलेला असतो. पुमंग व जायांग यांच्यामुळे फलधारणा होते.

वनस्पतीचा पाचवा अवयव फळ आहे. फळामध्ये बीज किंवा बी असते. काही फळात एकापेक्षा अधिक बिया असतात.

बियांपासून पुन्हा रोपटे तयार होते. अशा प्रकारे एका बियांपासून एक रोपटे, अनेक बियांपासून अनेक रोपटे तयार होतात. बियांपासून नवीन झाडांचे पुनरुत्पादन होते. त्यापासून पुन्हा फळे, बिया मिळतात. बियांपासून पुन्हा नवीन झाडे तयार होतात, हेच चक्र सतत चालू असते.

❖

बियांपासून पुनरुत्पादन

झाड मोठे झाले की, त्याला फुले येतात, फळे येतात. येथे झाडाचे कार्य संपते. पण नवीन झाड कसे तयार व्हावे याचा विचार निसर्गाने अगोदरच केला आहे. फळामध्ये रस असतो, गर असतो व या गरामध्ये बी असते. बीमध्ये झाडाचा अंकुर सुप्तावस्थेत असतो. त्याला योग्य वातावरण, अनुकूल पर्यावरण मिळाले तर तो अंकुर मोठा होतो व त्याचे रोपटे तयार होते, रोपट्याचे झाड होते. अशा प्रकारे पहिल्या झाडाचे सर्व गुणधर्म असलेले नवीन झाड तयार होते. या प्रयोगात आपण बी रुजविणार आहोत.

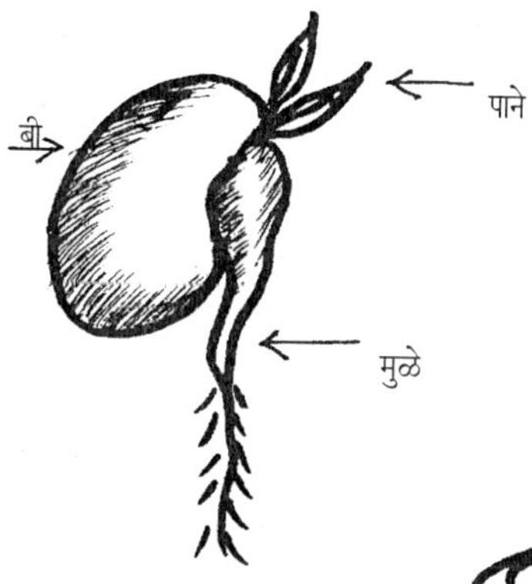

साहित्य : मातीची लहान कुंडी, काळी माती, लाल भोपळा किंवा घेवड्याच्या मोठ्या बिया.

कृती : कुंडीत चांगली भुसभुशीत केलेली काळी माती भरा. झारीने मोजके पाणी टाकून माती ओली करा. या मातीवर थोड्याथोड्या अंतरावर बिया ठेवा. जास्त बिया टाकू नका. पाच-सहा बिया टाका. बियांवर मातीचा पातळ थर टाकून त्यांना झाकून टाका. दररोज मोजकेच पाणी टाका.

सात, आठ दिवसांनी बियांना कोंब फुटलेले दिसतील. कोंब चांगला टवटवीत होऊन वर आला की, एक बी अलगद काढा व तिचे निरीक्षण करा. बियाच्या कोंबाला वरच्या भागाला पाने येतात. खालच्या भागाला मूळ येते. ते जमिनीतील पोषक द्रव्ये शोषून झाडाला पुरविते.

अशा प्रकारे नवीन रोपाची निर्मिती होते.

❖

बिया कशा रुजतात?

बिया रुजताना त्यांच्यात कसकसे बदल होतात याचे निरीक्षण करण्यासाठी हे उपकरण चांगले आहे.

साहित्य : रुंद तोंडाचा मोठा काचेचा पेला, टीपकागद, भुसा व कुजलेला पालापाचोळा, पाणी.

कृती : एका मोठ्या काचेच्या पेल्याला आतील बाजूने टीपकागद ओला करून चिकटवा. या टीपकागदाच्या आणि पेल्याच्या काचेच्या भागाच्या मधील जागेत काही मोठ्या बिया जसे चवळी, मटकी किंवा मूग याच्या बिया बसवा. टीपकागदाच्या आत पेल्यात भुसा आणि पालापाचोळा यांचे मिश्रण भरा.

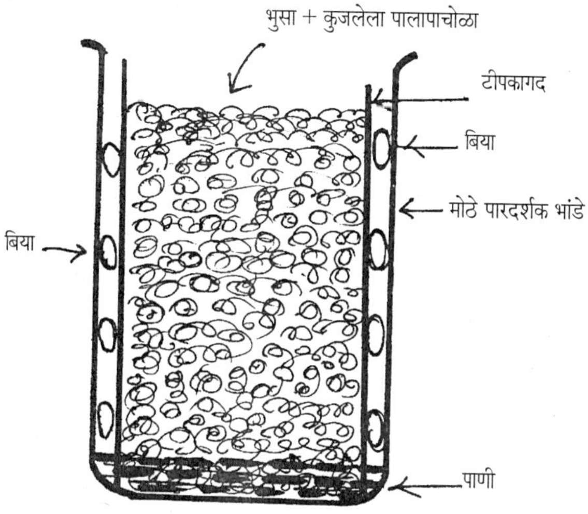

मिश्रणाला पाणी टाकून ओले करा. यामुळे टीपकागद सतत ओला राहील. त्यामुळे बियांना ओलावा मिळत राहील. त्यामुळे त्या रुजणे सुरू होईल. त्यांचा आकार कसा मोठा होतो. त्यांना कसे मोड येतात. बियामधून निघालेले मूळ कोणत्या दिशेने वाढते, शेंडा कुणीकडे वाढतो या सर्व गोष्टी पेल्याच्या काचेतून पाहता येतील.

पेल्यात मधूनमधून थोडे पाणी टाकत चला. त्यामुळे भुसा आणि खत सतत ओले राहील व त्यातील पोषक द्रव्ये बियांपर्यंत पोहचत जातील व त्याची वाढ चांगली होत राहील.

❖

बिया रुजविणे

बिया रुजतात कशा, त्यांना आलेल्या अंकुराची वाढ कशी होते हे पाहण्यासाठी हे उपकरण उपयोगी पडते.

साहित्य : बादलीच्या आकाराचे मोठे पसरट भांडे, त्यावर झाकण म्हणून ठेवता येईल अशी पारदर्शक काच, छोटासा सुती कापडाचा तुकडा, एक काचेचा पेला, पाणी.

कृती : एका उंच पसरट भांड्यात किंवा छोट्या प्लॅस्टिकच्या बादलीत पाणी घ्या. एका काचेच्या पेल्यात दगडाचे दोन-तीन खडे घालून तो पेला बादलीतील पाण्यात सरळ उभा ठेवा. दगडाच्या

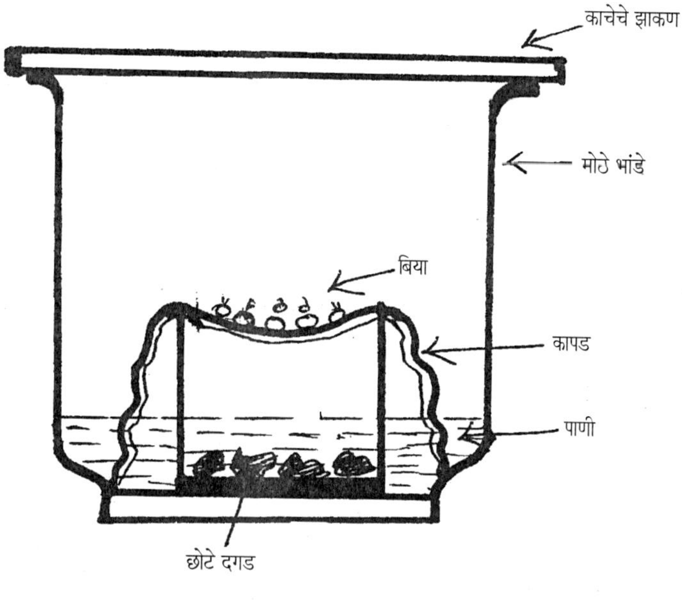

वजनामुळे पेला कलंडणार नाही. बादलीतील पाण्याची पातळी पेल्याच्या उंचीपेक्षा कमी राहू द्या. त्यामुळे पेल्यात पाणी शिरणार नाही.

सुती कापडाची जाडसर, पण लांबट आकाराची घडी घाला. ही घडी पेल्याच्या तोंडावर ठेवून तिची लांबीची टोके पेल्याच्या दोन्ही बाजूंनी बादलीतील पाण्यात बुडू द्या. पाणी कापडातून वर चढू लागेल व संपूर्ण कापडाची घडी ओली होईल. पाण्यात बुडून असेपर्यंत ती ओलीच राहील.

पेल्याच्या तोंडावर असणाऱ्या कापडाला बोटाने थोडे दाबून खोलगट भाग तयार करा व त्या ठिकाणी चार-पाच मोठ्या बिया ठेवा. लाल भोपळा, चवळी, वाटाणा अशा कोणत्याही बिया चालतील. बादलीवर पारदर्शक काचेचे झाकण ठेवा. झाकणामुळे बादलीतील हवा दमट राहील. काच न उचलता बाहेरूनच बियांचे निरीक्षण करता येईल. खोलीच्या एखाद्या अंधाऱ्या कोपऱ्यात ही बादली ठेवून द्या. सात-आठ दिवसांनी बियांच्या अवस्थेत कसकसा बदल होतो, याचा अभ्यास करता येईल. त्याच्या नोंदीसुद्धा लिहून काढता येतील

❖

बिया रुजविणे

बिया रुजविण्याच्या अनेक पद्धती आहेत. बियांना ओलसर, दमट वातावरण असले की, त्यांना रुजण्यास संधी मिळते. असाच एक सोपा प्रयोग करून पाहू.

साहित्य : मातीची नवी पणती, बशी, पाणी, मटकी किंवा मुगाच्या बिया.

कृती : बिया रुजत घालण्यासाठी पणती नवी वापरावी. दिवाळीला वापरलेली पणती घेतल्यास तिची छिद्रे तेलामुळे बंद झालेली असतात. त्यामुळे तिच्यात पाणी झिरपत नाही. पणतीमध्ये बिया ठेवा व ही पणती बशीत पाणी घेऊन त्यात ठेवा. बशीतील काही पाणी पणतीत झिरपते व पणती ओली होते. या पणतीवर दुसरी बशी झाकण ठेवा व अंधाऱ्या कोपऱ्यात चार, पाच दिवस ठेवून द्या.

त्यानंतर दोन्ही बशा उजेडात आणा व निरीक्षण करा. बियांना चांगले मोड आलेले दिसतील. अंधार आणि दमटपणा यामुळे बिया चांगल्या रुजतात

बियांचे अंकुरण

बिया रुजल्यानंतर त्याला अंकुर येतात. हे मोठे झाले की, त्याचा एक भाग वर वाढतो व दुसरा भाग खाली वाढतो. वर वाढणाऱ्या भागाला पाने फुटतात व खाली वाढणाऱ्या भागाला मुळे येतात. जिकडे पाणी असेल तिकडे मुळांची वाढ होत राहते. पुढील प्रयोग केला तर ही गोष्ट स्पष्ट दिसून येते.

साहित्य : दोन सारख्या आकाराच्या चौकोनी काचेच्या पारदर्शक पट्ट्या, टीपकागद, दोरा, बशी, पाणी, मोड आलेली मटकी किंवा चवळीचे दाणे.

कृती : चांगले मोड आलेले मटकीचे दाणे घ्या. एका टीपकागदावर हे दाणे पसरून ठेवा. पसरून ठेवताना सर्व मोडांची दिशा वेगवेगळी ठेवा. टीपकागद पाणी टाकून ओला करा.

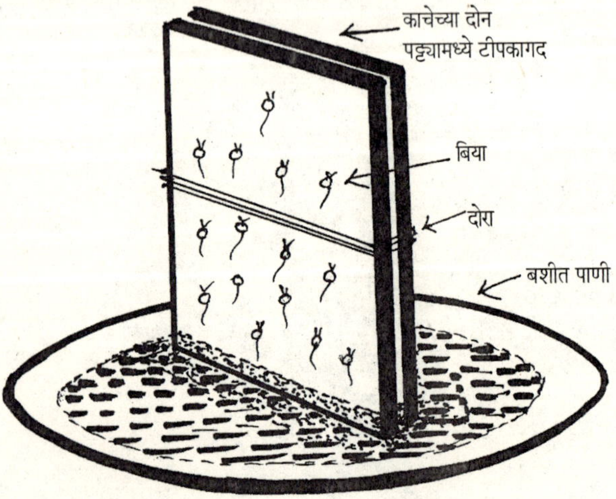

एका काचेच्या पट्टीवर हा टीपकागद ठेवा व त्यावर दुसरी काचेची पट्टी ठेवा. दोन्ही काचेच्या पट्ट्या दोऱ्याने बांधून घ्या. जास्त घट्ट बांधू नका. नाहीतर मोडांना इजा पोहोचेल. एका बशीत पाणी घ्या. त्या पाण्यात पट्ट्या उभ्या ठेवा. पट्ट्यामध्ये असणारा टीपकागद पाण्यात बुडला पाहिजे. म्हणजे तो सतत ओला राहील.

दररोज वाढणाऱ्या मोडांचे निरीक्षण करा. वरच्या दिशेने व आडव्या दिशेने ठेवलेले मोड हळूहळू दिशा बदलून खालच्या दिशेकडे वळलेले दिसतील. कारण तिकडे पाणी आहे. हा बदल एका दिवसात घडत नाही. दररोज थोडा थोडा घडतो. म्हणून दररोज त्यांचे निरीक्षण करावे व नंतर निष्कर्षापर्यंत यावे.

❖

स्पंजवरील शेती

वनस्पतीच्या बियांवर प्रयोग करताना हासुद्धा प्रयोग गंमत म्हणून करून पाहायला हरकत नाही.

साहित्य : चौकोनी आकाराचा स्पंजचा तुकडा, चौकोनी आकाराचे स्पंजपेक्षा मोठ्या आकाराचे तबक, मेथी, मोहरी किंवा धने, पाणी.

कृती : स्टेशनरी सामान विकणाऱ्या दुकानात जाड स्पंजचे चौकोनी तुकडे मिळतात. तसा एक तुकडा आणा व त्याला पाण्याने धुवून स्वच्छ करा. म्हणजे त्यात काही रसायने असतील तर ती निघून जातात. चौकोनी तबकात हा स्पंजचा तुकडा ठेवा. तबकात थोडे पाणी ओता. स्पंजमध्ये पाणी शोषले जाते व स्पंज ओला होतो. या स्पंजच्या वरच्या पृष्ठभागावर मेथी, धने किंवा मोहरीचे बी पसरवा व तबक उचलून खोलीच्या शांत कोपऱ्यात ठेवा. दररोज तबकात थोडे थोडे पाणी टाकत चला. त्यामुळे स्पंज सतत ओला राहिल. आठ दिवसांत बियांना कोंब फुटून त्याची लहान लहान रोपे तयार झालेली दिसतील. हे तबक तुम्ही टेबलावर ठेऊ शकता. स्पंजवरील ही शेती आठ-दहा दिवस राहील, नंतर सुकून जाईल. पण गंमत म्हणून अवश्य करून पाहा.

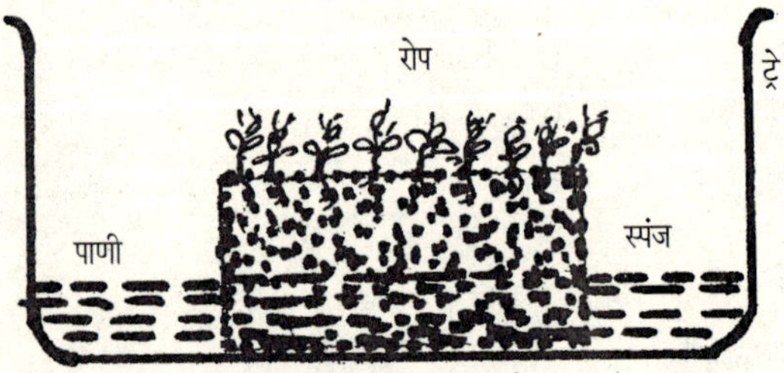

मेथी किंवा मोहरीचे बी टाकावे.

❖

बिया रुजताना कार्बन डाय ऑक्साईड वायू तयार होतो

बिया रुजू घातल्यावर त्यांना मोड येताना तेथे कार्बन डाय ऑक्साईड वायू तयार होतो व त्याचे अस्तित्व आपल्याला कसे पाहता येते ते या प्रयोगात दिसते.

साहित्य : सलाईनची एक रिकामी बाटली, रिकामी सिरींज, सलाईनची नळी, एक परीक्षा नळी, चुन्याची निवळी.

कृती : सलाईनची रिकामी बाटली धुवून घ्या. तिच्या तळाशी

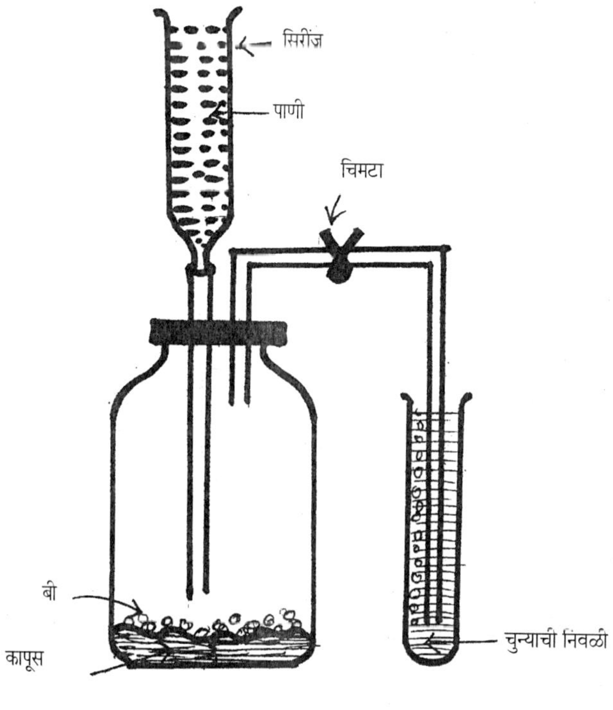

ओला कापूस पसरून ठेवा. त्यावर मटकी किंवा मुगाच्या बिया पसरून ठेवा. बाटलीला दोन छिद्रं असलेले रबरी बूच बसवा. एका छिद्रात रिकामी सिरींज खुपसून बसवा. दुसऱ्या छिद्रात सलाईनची रिकामी नळी बसवा. या नळीला एक चिमटा लावा व नळीचे टोक चुन्याची निवळी भरलेल्या परीक्षा नळीत बुडवा. सिरींजमध्ये पाणी भरा. नळीला चिमटा लावलेला असल्याने सिरींजमधील पाणी बाटलीत पडणार नाही.

पूर्ण उपकरण खोलीच्या शांत कोपऱ्यात चार, पाच दिवस ठेवून द्या. कापसावर ठेवलेल्या बिया हळूहळू रुजू लागतील व त्यांना मोड येतील. परीक्षा नळीतील निवळी स्वच्छ आहे. आता हळूहळू नळीला लावलेला चिमटा सैल करा. सिरींजमधील पाणी हळूहळू बाटलीत पडू लागेल. त्यामुळे बाटलीतील हवा लोटली जाऊन चुन्याच्या निवळीतून बुडबुड्याच्या रूपाने बाहेर पडेल. त्याचवेळी निवळीचा रंग बदलून पांढरा होऊ लागेल.

याचा अर्थ असा की, बिया रुजताना कार्बन डाय ऑक्साईड वायू तयार झाला व तो चुन्याच्या निवळीतून गेल्यामुळे निवळीचा रंग पांढरा झाला.

❖

बियांची मुळे पाण्याकडे वळतात

बियांना कोंब फुटल्यावर कोंबाचा शेंडा प्रकाशाच्या दिशेने म्हणजे वरच्या दिशेने वाढतो आणि मूळ मात्र खालच्या दिशेने वाढते. मुळांची ही वाढ दाखविण्यासाठी पुढील प्रयोग करून पाहा.

साहित्य : मोठ्या बिया, बारीक लांब सुया, पारदर्शक बरणी, पाण्याचे पसरट भांडे, जाड रबरी ठोकळा.

कृती : रुमालाची चौपदरी घडी घालून त्या घडीत पाच-सहा मोठ्या बिया ठेवा. ही घडी पाण्याने ओली करून एका निवांत जागी ठेवून द्या. तीन-चार दिवस घडीवर पाणी शिंपडत राहा. नंतर घडी उघडून पाहा. बियांना मोड आलेले दिसतील.

टवटवीत मोड आलेल्या तीन बिया काढून घ्या. प्रत्येक बीला बारीक सुई टोचा. सुई टोचताना एकीला मध्यभागी, दुसरीला डाव्या बाजुने व

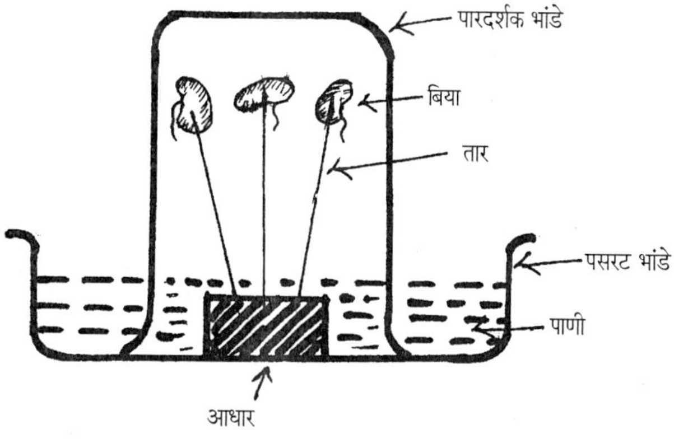

तिसरीला उजव्या बाजूने टोचा. तिन्ही सुया एका जड रबरी ठोकळ्यात खोचून उभ्या करा.

हा रबरी ठोकळा पाणी असलेल्या पसरट भांड्यात ठेवा. भांड्यातील पाण्याचा स्पर्श बियांना व्हावयास नको. त्या वरच राहू द्या. एक रुंद तोंडाची काचेची बरणी त्यावर उपडी ठेवा. त्यामुळे आतील हवा दमट राहील.

दोन-तीन दिवसांनी पाहिले असता तिन्ही बियांचे मोड खालच्या दिशेने म्हणजे पाण्याच्या दिशेने वळलेले दिसतील.

यावरून झाडांची मुळे पाण्याकडे वळतात असे म्हणता येईल.

❖

मुळे पाणी शोषून घेतात

झाडांची मुळे जमिनीतील पाणी शोषून घेतात व खोडाकडे पाठवितात. खोडात आलेले पाणी फांद्यामध्ये जाते व शेवटी पानापर्यंत पोचते असे आपल्या अभ्यासाच्या पुस्तकात लिहिलेले असते. प्रत्यक्षात हे पाहण्यासाठी आपण प्रयोग करून पाहू.

साहित्य : दोन काचेचे पेले, झाडांची दोन रोपटी, पाणी, बांबूच्या दोन कामट्या, खाण्याचा रंग.

कृती : मुळासहित रोपटे घ्या. त्याची मुळे पाण्याने स्वच्छ धुऊन

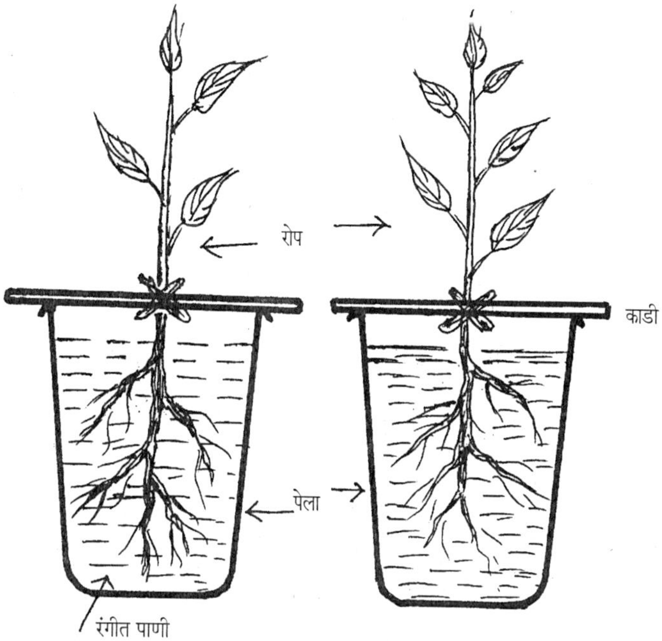

घ्या. रोपट्याच्या खोडाला बांबूची आडवी कामटी दोऱ्याने बांधा. ही कामटी पेल्याच्या काठावर आडवी ठेवा. रोपट्याची मुळे पेल्यात लोंबकळू द्या. रोपटे सरळ उभे राहिले पाहिजे. मुळे व खोडाचा काही भाग बुडेल इतके पाणी पेल्यात ओता. हा पेला बाजूला ठेवा.

अशाच प्रकारे दुसऱ्या पेल्यात रोपटे टांगा व त्यात खाण्याचा रंग टाकून रंगीत केलेले पाणी भरा. दोन्ही पेले काही तासांपर्यंत तसेच राहू द्या. त्यांना बाहेर आणून निरीक्षण करा. दोन्ही रोपे टवटवीत असतील, पण त्यातील रंगीत पाण्यात बुडविलेले रोपटे रंगीत झालेले दिसेल. याचा अर्थ असा होतो की, दोन्ही रोपट्यांनी पाणी शोषले. साधे पाणी रोपट्यात दिसत नाही. पण रंगीत पाणी रोपट्यांमध्ये दिसून येते.

❖

मुळे कशी वाढतात?

बियांना अंकुर आल्यावर मुळे कशी वाढतात याचा अभ्यास करण्यासाठी आपण एक प्रयोग करून पाहू.

साहित्य : सलाईनची रिकामी बाटली, लांब सुई, थोडासा कापूस.

कृती : या प्रयोगासाठी मोड आलेली मोठी बी आवश्यक आहे. त्यासाठी घेवडा, शेवगा, लाल भोपळा यापैकी कोणतीही बी चालेल. तिला ओल्या रुमालाच्या घडीत दाबून ठेवल्यास एका दिवसात चांगला मोड येईल.

मोड आलेल्या बियाच्या आरपार एक बारीक सुई घाला. सुईचे एक टोक सलाईनच्या बाटलीच्या रबरी बुचात आतील बाजूने खोचा. थोडासा कापूस पाण्याने भिजवून तो बाटलीच्या आत ठेवा. बाटली आडवी ठेवून बी आतमध्ये राहील अशा पद्धतीने बूच घट्ट बसवा. आकृतीत दाखविल्याप्रमाणे रचना तयार होईल.

ओल्या कापसामुळे आतील हवा दमट राहील व बीला असलेले मूळ दररोज हळूहळू वाकून कापसाच्या दिशेकडे वळेल. कारण कापसात पाणी आहे. या पाण्याच्या ओढीने ते खालच्या दिशेला वळते. मूळ हे नेहमी पाण्याचा शोध घेत वाढत असते हे यावरून दिसून येते.

❖

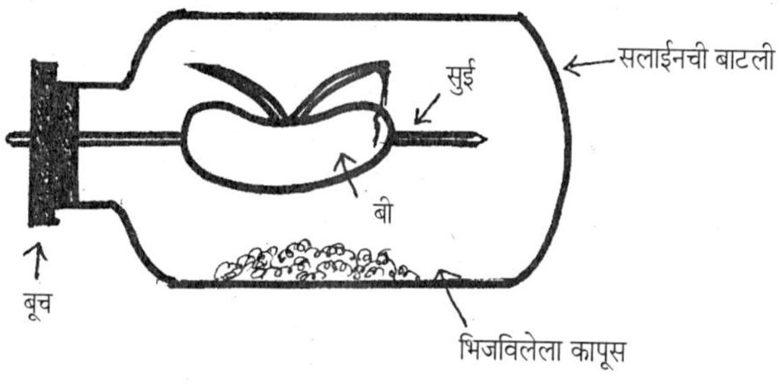

मुळांच्या वाढीचा अभ्यास करणे

झाडांची मुळे कशी वाढतात, कोणत्या दिशेने वाढतात याचा अभ्यास करण्यासाठी घरच्या घरी प्रयोग करून पाहता येतो.

साहित्य : एखादे पसरट भांडे, झाकण किंवा तबक, काळी माती, काही चवळीच्या बिया.

कृती : मोठ्या डब्याचे पसरट झाकण किंवा तबक घ्या. या झाकणात शेतातील काळी माती पसरून भरा. पाणी शिंपडून माती ओलसर करा. मातीचा चिखल होऊ देऊ नका. पाणी कमी झाले तर माती कोरडी राहील आणि पाणी जास्त झाले तर चिखल तयार होईल. म्हणून पाणी जास्त झाले असल्यास झाकण किंवा तबक तिरपे करून जास्तीचे पाणी ओतून टाका.

हातरुमालाएवढ्या आकाराचा कापडाचा तुकडा घ्या. त्याची चार पदरी घडी घाला. ही घडी पाण्यात बुडवून ओली करा. त्या घडीच्या आत चवळीच्या पाच-सहा बिया ठेवा व घडी मिटून घ्या. खोलीच्या

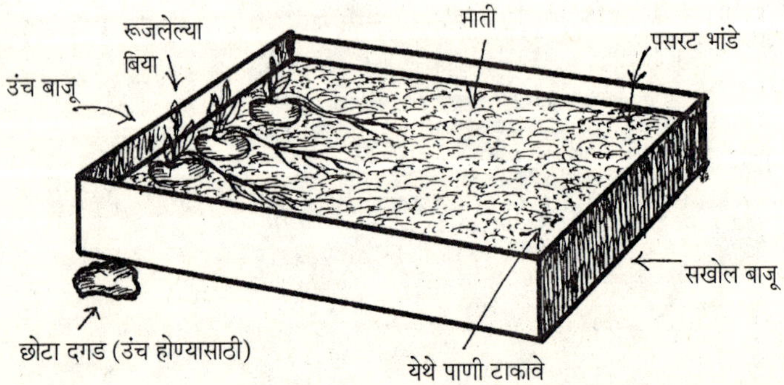

एखाद्या कोपऱ्यात सुरक्षित जागी ही घडी ठेवून चार-पाच दिवस तसेच राहू द्या. घडी सतत ओली राहावी म्हणून तिच्यावर मधूनमधून थोडे पाणी शिंपडीत रहा. चार-पाच दिवसांनी घडी उघडून पाहा. बियांना अंकुर आलेले दिसतील. कापडाच्या घडीतून बिया अलगद उचलून घ्या.

पूर्वी तयार केलेल्या पसरट भांड्यातील मातीच्या एका कोपऱ्यात या बिया ठेवा व त्यांच्यावर माती पसरून त्यांना झाकून टाका. बिया ज्या कोपऱ्यात ठेवल्या आहेत तो कोपरा खाली काही आधार देऊन थोडा उंच करा. तबकाची दुसरी बाजू खाली असू द्या. सखल भागाकडील मातीत थोडे थोडे पाणी टाकत चला. बियाजवळ मुळीच पाणी टाकू नका. काही दिवसांनी माती उकरून बियांचे निरीक्षण करा. बियांची मुळे लांब झालेली दिसतील व सर्व मुळे पाणी टाकण्याच्या दिशेकडे वळलेली दिसतील.

यावरून असे दिसून येते की, रोपांची वाढणारी मुळे जिकडे पाण्याचा साठा असेल त्या दिशेकडे प्रवास करतात व रोपांना लागणारे पाणी मिळवितात व वाढतात.

याच कारणामुळे मोठमोठ्या झाडांची मुळे पाणी शोधत शोधत खूप खोल जमिनीत गेलेली असतात. कारण मोठ्या झाडांना लहान रोपांच्या मानाने खूप पाणी आवश्यक असते. विहिरीच्या काठावर असणाऱ्या मोठ्या झाडांची मुळे पाणी शोधत शोधत विहिरीच्या आत पोचतात ती आपण पाहू शकतो. ओढ्याच्या काठावर असणाऱ्या झाडांची मुळे ओढ्यातील पाण्यापर्यंत पोचतात ती आपण पाहू शकतो.

❖

फांदीला मुळ्या आणणे

काही झाडांच्या फांद्यांना मुळे आणता येतात व त्यांचे झाड बनविता येते. त्याकरिता आपण प्रयोग करून पाहू.

साहित्य : पानफुटीचे देठासहित पान, काचेचा पेला, पाणी.

कृती : लांब देठ व थोडासा फांदीचा तुकडा असलेले पानफुटीचे

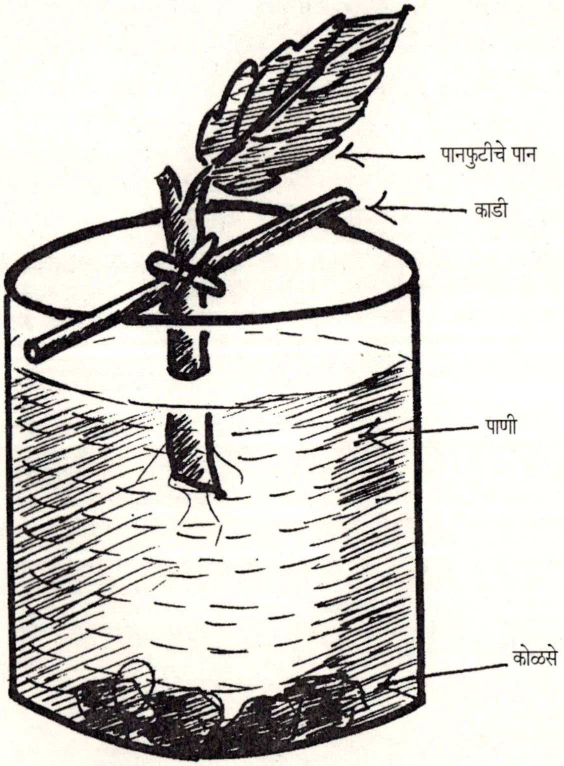

एक पान घ्या. त्याच्या देठाला बारीक काडी दोऱ्याने बांधा. ही काडी पेल्याच्या काठावर ठेवून देठ पेल्यात लोंबकळू द्या. पान पेल्याच्या वर राहू द्या. पेल्याच्या तळात दोन, चार कोळसे ठेवा. देठाला मुळे येताना काही रसायने तयार होतात. ती कोळशात शोषली जातात.

देठ पाण्यात बुडेल इतके पाणी पेल्यात टाका. ज्या ठिकाणी भरपूर प्रकाश आहे, पण कडक ऊन नसेल अशा ठिकाणी हा पेला ठेवून द्या.

चार-पाच दिवसांत देठाला बारीक बारीक मुळे फुटतील व झाडाची वाढसुद्धा लवकर लवकर होत राहील. हे झाड पाण्यात बरेच दिवस जिवंत राहू शकते. पण जमिनीत लावून त्याला नियमित पाणी घातले तर ते चांगले वाढते.

❖

बियांची मुळे पाण्याकडे वळतात

वनस्पतीची मुळे नेहमी पाण्याच्या दिशेने प्रवास करतात हे दाखविणारा हा प्रयोग आहे. प्रयोग अगदी सोपा असून प्रत्यक्ष होणारा परिणाम स्पष्ट दाखविणारा आहे.

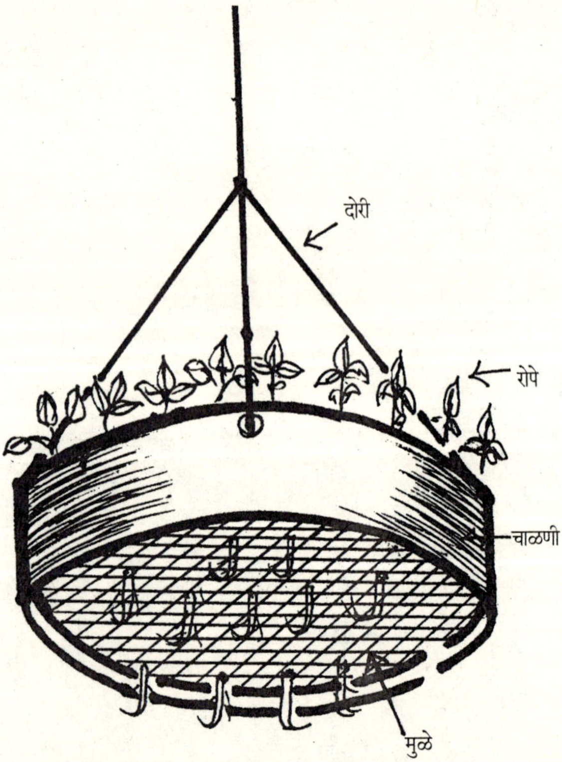

साहित्य : बारीक तारेची जाळी असलेली चाळणी, माती, मटकी किंवा मुगाच्या बिया.

कृती : एका चाळणीत काळी माती घ्या. झारीने पाणी टाकून तिला ओली करा व तिच्यात चवळी, मटकी किंवा मुगाच्या बिया पेरा.

बियांना अंकुर फुटले की, त्यांना मुळेसुद्धा फुटली असतील असे समजून नियमित पाणी टाकत चला. चाळणीच्या खालच्या बाजूने पाहून चाळणीच्या जाळीपर्यंत मुळे आल्यावर वरून पाणी टाकणे बंद करा व ही चाळणी एक परातीत थोडे पाणी घेऊन त्यात ठेवा. मुळांना पाण्याचा स्पर्श होऊ नये एवढे अंतर त्यात ठेवा. त्यामुळे मुळे पाण्याकडे ओढली जातील व चाळणीच्या बाहेर येऊन परातीतील पाण्यात जातील. पुष्कळ मुळे चाळणीच्या बाहेर आली आहेत असे दिसल्यावर चाळणी उचलून वर अधर टांगा. पाण्याची परात काढून घ्या. चाळणीत वरून थोडे थोडे पाणी शिंपडून माती ओली ठेवा. चाळणीतून खाली लोंबत असलेली मुळे खाली पाणी न मिळाल्यामुळे वरच्या दिशेने वळलेली दिसतील. कारण चाळणीत ओली माती आहे. ओल्या मातीतील पाणी शोषण्यासाठी मुळे वर वळतात.

यावरून मुळे नेहमी पाण्याकडे वळतात हे दिसून येते.

❖

गाजराचे रसाकर्षण मापक

वनस्पती रसाकर्षणाने पाणी आणि पोषक द्रव्ये जमिनीतून शोषून घेतात व फांद्या, पाने यांचेकडे पाठवितात. हे रसाकर्षण कसे होते याबद्दलचा प्रयोग करून पाहू.

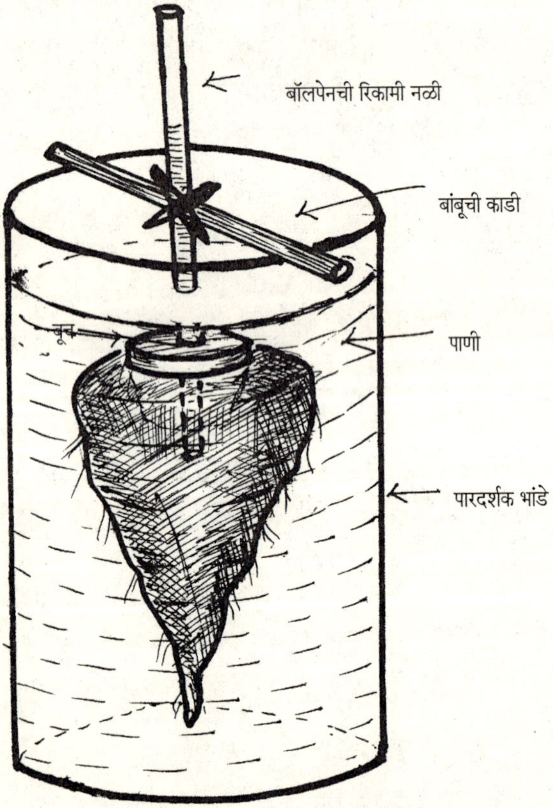

साहित्य :– मोठे गाजर, बॉलपेनची रिकामी नळी, साखरेचा पाक, एक बूच.

कृती : वरचा पृष्ठभाग मोठा असलेले व सभोवतालच्या भागाला चिरा नसलेले एक गाजर घ्या. वरच्या पृष्ठभागामध्ये २.५ सें.मी. खोल छिद्र पाडा. ते पाडताना गाजराला भेग पडणार नाही याची काळजी घ्या. या छिद्रात साखरेचे तीव्र द्रावण भरा. एक भोक असलेले बूच पक्के बसवा. या बुचाच्या छिद्रात बॉलपेनची रिकामी व दोन्ही टोकांना उघडी असलेली नळी बसवा. बुचाच्या भोवती मेण लावा. हे गाजर पेल्यातील पाण्यात उभे ठेवा. काही तासांतच गाजर पाणी शोषून घेते तेथून ते साखरेच्या पाकात घुसून नळीतील पाकाची पातळी वर जाते.

अशा प्रकारे रसाकर्षणाची क्रिया होते.

❖

वनस्पतीच्या वाढीवर प्रकाशाचा होणारा परिणाम

वनस्पतीच्या रोपांची वाढ होत असताना त्यांच्यावर प्रकाशाचा काय परिणाम होतो याचा अभ्यास करण्यासाठी हे उपकरण उपयोगी आहे.

साहित्य : लांबट आकाराचे पुठ्ठ्याचे चौकोनी खोके किंवा बूट ठेवण्याचे खोके घेतले तरी चालते. पण खोक्याला झाकण मात्र अवश्य हवे. एखादा वेल लावलेली कुंडी, पुठ्ठ्याचे दोन तुकडे.

कृती : पुठ्ठ्याचे लांबट खोके घेऊन त्याच्या रुंदीकडच्या बाजूला आकृतीत दाखविल्याप्रमाणे गोल छिद्र पाडा व तेवढा भाग कापून काढा. खोक्याच्या उंचीएवढ्या, पण रुंदीपेक्षा लहान मापाच्या पट्ट्या पुठ्ठ्यापासून कापून घ्या. या पट्ट्या खोक्याचे समान तीन भाग होतील असा तऱ्हेने खोक्याला आतून फेव्हिकॉलने किंवा चिकटपट्टीने चिकटवून टाका. पट्ट्या चिकटविताना एका पट्टीचा उघडा भाग दुसऱ्या पट्टीच्या बंद भागासमोर आला पाहिजे. आकृती पाहून हे स्पष्ट होईल.

एका छोट्या कुंडीत वेलाचे रोपटे वाढवा. रोप चांगले वाढीला

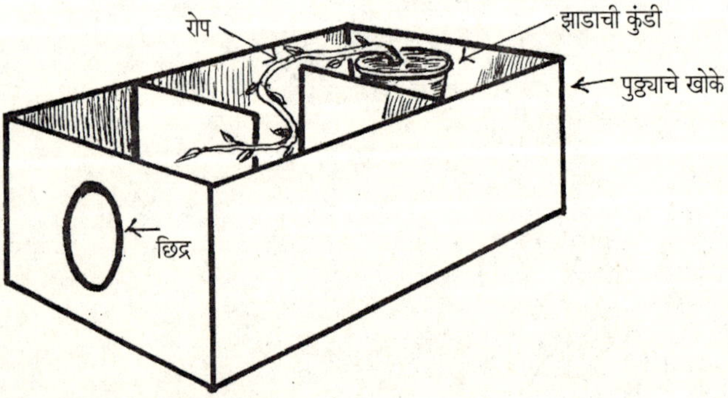

लागले की, ती कुंडी खोक्याच्या शेवटच्या कप्प्यात ठेवा. वेलाची रचना बरोबर करा. या खोक्याला झाकण लावा म्हणजे रोपट्याला प्रकाश मिळणार नाही. फक्त गोल छिद्रातून प्रकाश आतमध्ये जाईल. खोक्याचे छिद्र खिडकीच्या प्रकाशाकडे येईल अशा तऱ्हेने खिडकीत खोके ठेवा. काही दिवसांनी झाडाची वाढ पाहण्यासाठी वरील झाकण उघडा व पाहा. झाडाची वाढ एका कप्प्यातून दुसऱ्या कप्प्यात व शेवटी खोक्याच्या छिद्राच्या दिशेने झालेली आढळेल.

यावरून झाडाचा शेंडा प्रकाश शोधत शोधत छिद्राकडे आला असे दिसेल. आणखी काही दिवस थांबले तर झाडाचा शेंडा गोल छिद्रातून बाहेर पडेल. यावरून झाडाच्या शेंड्याची वाढ प्रकाशाच्या दिशेने होते, असा निष्कर्ष काढता येतो.

❖

प्रकाशाची गंमत

वनस्पतीच्या पानांवर सूर्यप्रकाश भरपूर पडला तर पाने हिरवीगार होतात. या उलट प्रकाश जर कमी मिळाला किंवा मुळीच मिळाला नाही तर ती पिंगट पडतात. हे लक्षात घेऊन हा प्रयोग करून पाहा.

साहित्य : एक मोठे तबक, त्या तबकापेक्षा मोठा पुठ्ठ्याचा तुकडा, माती, मोहरीच्या बिया.

कृती : एका मोठ्या तबकात शेतातील काळी माती घ्या. ती स्वच्छ व भुसभुशीत करा. तिच्यावर छोट्या झारीने पाणी टाकून तिला ओली करा.

एक मोठा पुठ्ठा घ्या. त्याच्या मधल्या भागात आकृतीत दाखविल्याप्रमाणे अक्षरे काढा व कापून घ्या. त्यामुळे अक्षरे पारदर्शक होतील.

तबकातील मातीवर मोहरीचे बी दाट पसरा व तबक खोलीच्या कोपऱ्यात ठेवून द्या. तीन-चार दिवसांत बियांना कोंब फुटून लहान लहान रोपे तयार होतील. या तबकावर अक्षरे कोरलेला पुठ्ठा झाकण म्हणून ठेवा. तबक पूर्णपणे झाकले गेले पाहिजे. तबकातील रोपांवर कोरलेल्या अक्षरांखेरीज इतर कोठूनही प्रकाश पडायला नको. हे तबक उचलून ज्या ठिकाणी सूर्यप्रकाश आहे त्या ठिकाणी ठेवून द्या. दररोज तबकात पाणी टाकत राहा. पण वरचा पुठ्ठा मुळीच हलवू नका.

सुमारे आठ-दहा दिवसांत रोपे चांगली मोठी होतात. यावेळी रोपांवर फक्त कोरलेल्या अक्षरातून सूर्यप्रकाश पडला. बाकीच्या रोपांवर सूर्यप्रकाश पडलाच नाही. तबकावरील पुठ्ठा बाजूला करा. कोरलेली अक्षरे रोपावर उमटलेली दिसतील. अक्षरे हिरवीगार व बाकीची पिवळ्या रंगाची रोपे दिसतील. अशा प्रकारे प्रकाशामुळे पानाच्या रंगात फरक पडतो.

पाने ऑक्सिजन सोडतात

झाडांमुळे पर्यावरणाचा समतोल राखला जातो हे आपण नेहमीच ऐकतो, वाचतो. याचा अर्थ असा आहे की, मनुष्य, प्राणी, पक्षी हे श्वासोच्छ्वास करतात. त्यावेळी हवेतील ऑक्सिजन घेतात व कार्बन डाय ऑक्साईड हा वायू हवेत सोडतात. ज्वलनात कार्बन डाय ऑक्साईड तयार होतो तोसुद्धा हवेत मिसळतो. त्यामुळे हवेतील कार्बन डाय ऑक्साईडचे प्रमाणे वाढते व ऑक्सिजनचे प्रमाण कमी होते. त्यामुळे पर्यावरणाचा समतोल ढासळतो. ऑक्सिजन तयार करणारे फक्त झाडच

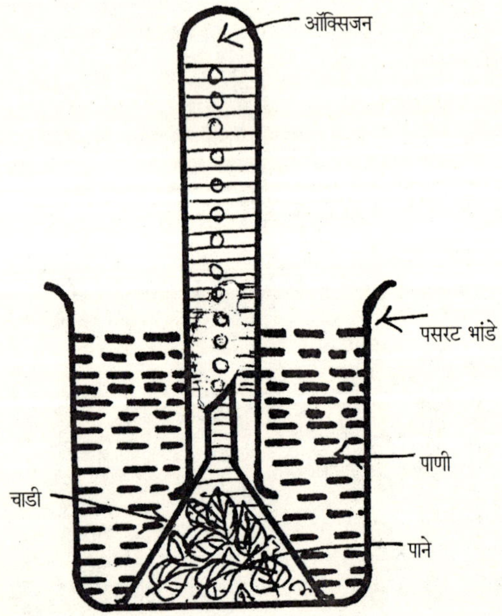

आहे. वनस्पतीशिवाय कोणीच एवढ्या मोठ्या प्रमाणात ऑक्सिजन तयार करू शकत नाही. म्हणून 'झाडे लावा, झाडे जगवा' हा नारा तयार झाला आहे.

वनस्पती सूर्यप्रकाशात ऑक्सिजन सोडतात हे पाहण्यासाठी आपण प्रयोग करू.

साहित्य : एक काचेची चाडी, एक परीक्षा नळी, कडुनिंबाची ताजी पाने, उंच पसरट भांडे, पाणी.

कृती : काचेच्या पसरट भांड्यात पाणी घ्या. एका चाडीत कडुनिंबाची ताजी पाने घ्या व ती चाडी पसरट भांड्यातील पाण्यात बुडवा. तिचे टोक वरच्या दिशेने आले पाहिजे.

एक परीक्षा नळी घ्या. ती पाण्याने पूर्ण भरा. तिच्या तोंडावर अंगठ्याने दाबून धरा व उलटी करा. तिच्यातील पाणी न सांडता तिला चाडीच्या टोकावर बसवा. पाण्यात बुडालेली असल्यामुळे परीक्षा नळी पाण्याने पूर्ण भरलेलीच राहील.

आता हे उपकरण अंगणातील उन्हात ठेवा. थोड्याच वेळात पानावर हवेचे लहान लहान बुडबुडे दिसू लागतील व ते वर वर चढत चाडीच्या टोकातून वर जाऊन परीक्षा नळीत जमा होतील. जितके बुडबुडे नळीत जमा होतील तितकेच पाणी खाली उतरत जाईल. अशा प्रकारे नळी पूर्ण रिकामी झाल्यावर तिच्या तोंडावर अंगठा दाबून पाण्याबाहेर काढा. परीक्षण केल्यावर असे दिसते की, परीक्षा नळीतील वायू ऑक्सिजन आहे.

❖

अंधारात झाडे कार्बन डाय ऑक्साईड वायू सोडतात

वनस्पती दिवसा सूर्यप्रकाशात कार्बन डाय ऑक्साईड घेतात व ऑक्सिजन सोडतात हे आपणास माहीत आहेच. पण रात्री झाडे ऑक्सिजन घेतात व कार्बन डाय ऑक्साईड वायू सोडतात हे सिद्ध करण्यासाठी आपण प्रयोग करून पाहू.

साहित्य : पाणी ठेवण्यासाठी पसरट भांडे, एक उभट आकाराची काचेची बरणी, छोट्या कुंडीत लावलेले छोटे रोपटे, लाकडी ठोकळा, चुन्याची निवळी.

कृती : चुन्याच्या निवळीतून कार्बन डाय ऑक्साईड वायू प्रवाहित केला तर, पाण्याप्रमाणे स्वच्छ असणारी चुन्याची निवळी दुधाप्रमाणे

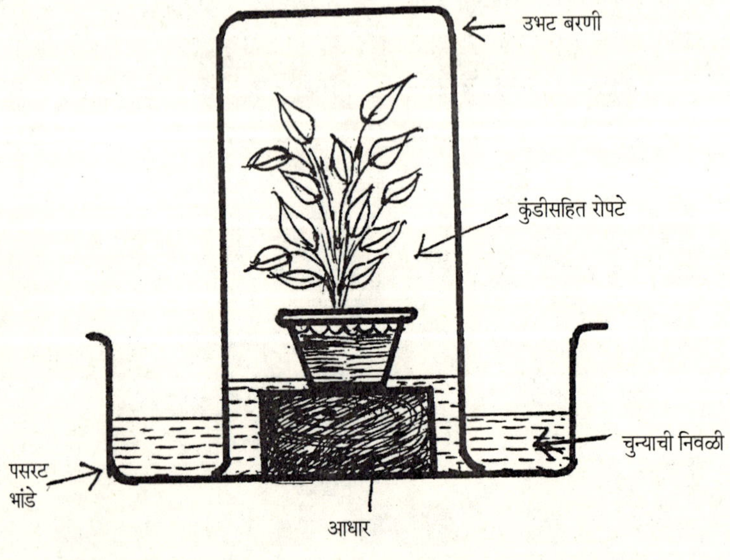

पांढरी होते हे आपणास माहीत आहे. म्हणजेच पांढरी झालेली निवळी कार्बन डाय ऑक्साईडचे अस्तित्व दाखविते.

एका पसरट भांड्यात चुन्याची निवळी घ्या. त्या भांड्यात एक लाकडी ठोकळा ठेवून त्यावर झाडाची लहान कुंडी ठेवा. त्यानंतर काचेची बरणी उलटी करून त्या झाडावर ठेवा व हे उपकरण अंधाऱ्या खोलीत रात्रभर ठेवा.

सकाळी हे उपकरण बाहेर आणा. बरणीत चुन्याची निवळी भांड्यातील निवळीपेक्षा वर चढलेली दिसेल.

याचा अर्थ असा की, बरणीतील ऑक्सिजन झाडाने घेतला म्हणून ती रिकामी जागा भरण्यासाठी भांड्यातील निवळी वर चढली. वनस्पतीने कार्बन डाय ऑक्साईड सोडला त्यामुळे निवळी पांढरी झाली.

म्हणून रात्रीच्या वेळी वनस्पती कार्बन डाय ऑक्साईड सोडतात हे सिद्ध झाले.

❖

पानाला छिद्रे असतात

पाने सूर्यप्रकाशात ऑक्सिजन सोडतात व रात्री कार्बन डाय ऑक्साईड वायू सोडतात. ही क्रिया पानांना असलेल्या छिद्रातून होते, पण ही छिद्रे डोळ्यांनी सहज दिसत नाहीत. पण पानाला छिद्रे असतात हे आपण प्रयोगाने सिद्ध करू शकतो.

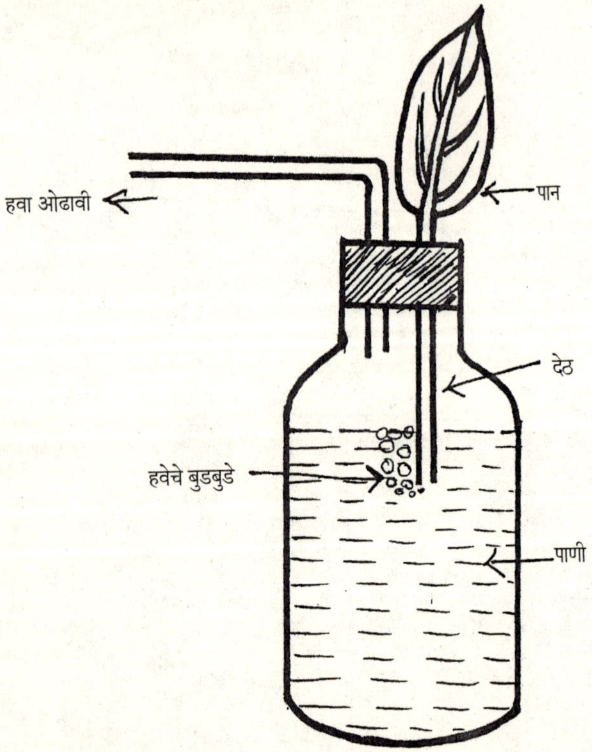

साहित्य : रबरी बूच असलेली मध्यम आकाराची बाटली, देठासहित एक पान, काटकोनात वाकविलेली काचेची नळी, पाणी.

कृती : बाटलीच्या रबरी बुचाला दोन छिद्रे पाडा. त्यापैकी एका छिद्रात काटकोनी नळीचे एक टोक घालून घट्ट बसवा. दुसऱ्या छिद्रात पानाच्या देठाची फांदी बसवा. छिद्रातून हवा निघू नये म्हणून देठाच्या भोवती नरम मेण लावा.

बाटलीत पानाचा देठ बुडेल इतके पाणी भरा. बाटलीला बूच घट्ट बसवा. बूच बसविल्यानंतर काचेच्या नळीचे टोक पाण्याच्या वर असले पाहिजे व देठ पाण्यात बुडालेला असला पाहिजे.

आता काचेची नळी तोंडात धरून हवा आत ओढा. पाण्यात बुडालेल्या देठाच्या टोकातून हवेचे बारीक बुडबुडे निघताना दिसतील. याचा अर्थ असा होतो की, हवा ओढल्यामुळे पानातून हवा घुसली व देठातून बाहेर पडली. म्हणजेच पानाला छिद्रे असतात.

❖

झाडाची पाने हवेत बाष्प सोडतात

झाडाची मुळे जमिनीतील पाणी शोषतात व खोडातून फांद्यांकडे पाठवितात. पानातून ते पाणी बाष्पाच्या रूपाने हवेत सोडले जाते. हे दाखविणारा हा प्रयोग आहे.

साहित्य : रोपाची कुंडी, एक पुठ्ठा, रुंद तोंडाची काचेची बरणी, चिकट पट्टी.

कृती : रोपट्याचे खोड जाईल अशी भेग पुठ्ठ्याला कापा. तो पुठ्ठा

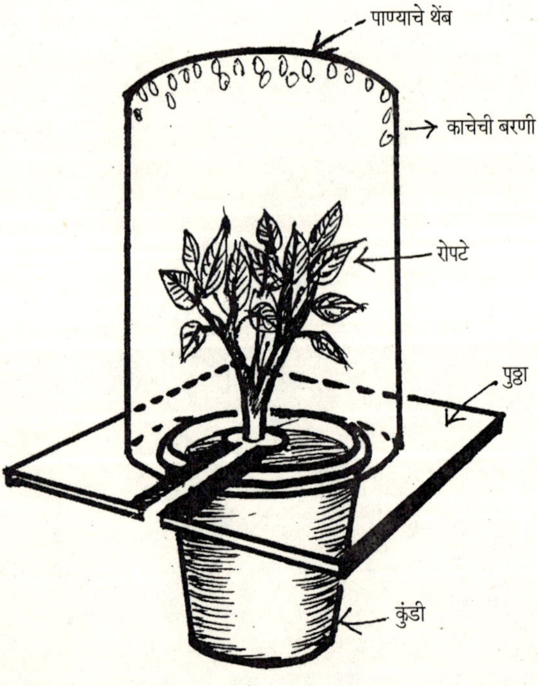

कुंडीवर ठेवा. पुठ्ठ्याच्या भेगेतून झाडाचे खोड बाहेर निघाले पाहिजे. शिल्लक राहिलेली भेग चिकटपट्टीने चिकटवून टाका.

या रोपट्यावर रुंद तोंडाची बरणी उपडी ठेवा. पूर्ण रोपटे बरणीत गेले पाहिजे. बरणी पुठ्ठ्यावर टेकली पाहिजे. त्यामुळे बरणीत बाहेरील हवा घुसणार नाही. हे पूर्ण उपकरण उन्हात ठेवा. दोन-तीन तासांनी उपकरण सावलीत आणा. बरणीच्या वरच्या भागावर पाण्याचे बारीक बारीक थेंब दिसतात.

हे पाणी कोठून आले असेल? रोपट्याच्या पानांमधून बाष्प बाहेर पडले व ते बरणीच्या आतील भागावर थेंबाच्या रूपाने जमा झाले ते आपण पाहू शकतो.

❖

बटाट्यापासून झाड वाढविणे

बटाट्यापासून बटाट्याचे झाड तयार होते, असे आपण आपल्या पुस्तकात वाचले आहे. तसे झाड आपण भांड्यात किंवा कुंडीत तयार करू शकतो.

साहित्य : मातीची कुंडी, माती, एक बटाटा.

कृती : बटाट्यावर खोलगट खड्डे असतात. त्यांना बटाट्याचे डोळे असे म्हणतात. प्रत्येक डोळ्यापासून एक नवीन झाड तयार होते.

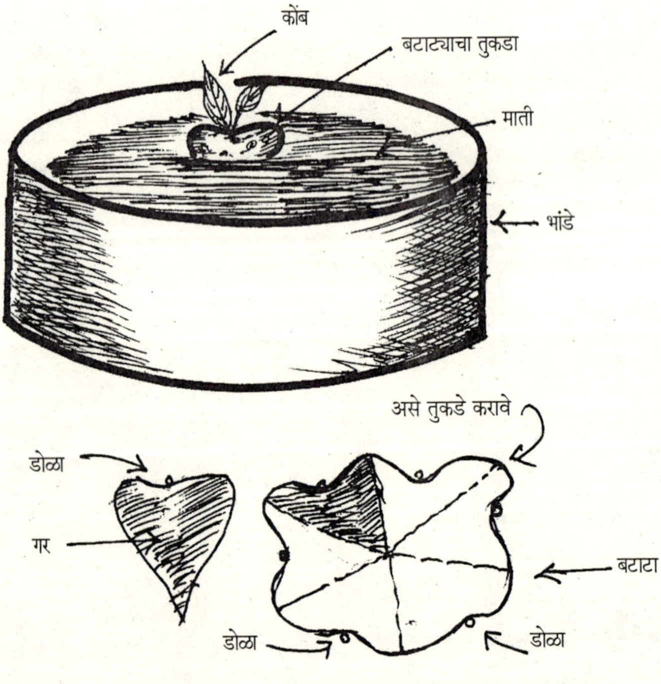

म्हणून असे डोळे वेगळे काढताना त्याला खालच्या बाजूने भरपूर गर राहील असे तुकडे करावे. आकृतीत दाखविले आहे. या गरातून नवीन कोंबाला अन्न पुरविले जाते म्हणून डोळ्याच्या खाली मोठा गराचा तुकडा असावा.

कुंडीत माती भरून ती ओलसर करावी व त्यात बटाट्याचा तुकडा दाबून बसवावा. तुकडा बसविताना त्यावर असलेला डोळा उघडा ठेवावा. कुंडी मोठी असेल तर तीन-चार तुकडे लावले तरी चालतात. ही कुंडी खोलीच्या शांत कोपऱ्यात ठेवावी. दररोज पाणी टाकून माती ओली राहील असे पाहा.

थोड्याच दिवसांत डोळ्याच्या ठिकाणी कोंब फुटून हळूहळू मोठा होत जातो. बटाट्याच्या तुकड्याला मुळे फुटून त्यांचे कार्य सुरू होईपर्यंत गरातील पोषक द्रव्ये घेऊन कोंब मोठा होत जातो. मुळांचे कार्य सुरू झाल्यावर त्याची वाढ झपाट्याने होऊन झाड तयार होते.

❖

गाजराला कोंब फुटणे

गाजरात 'अ' जीवनसत्त्व भरपूर प्रमाणात असते. त्यामुळे डोळ्यांचे आरोग्य चांगले राहते. म्हणून गाजरे आणली जातात. त्याची कोशिंबीर, हलवा तयार करतात. उपयोगात आणताना त्याचा खालचा भाग

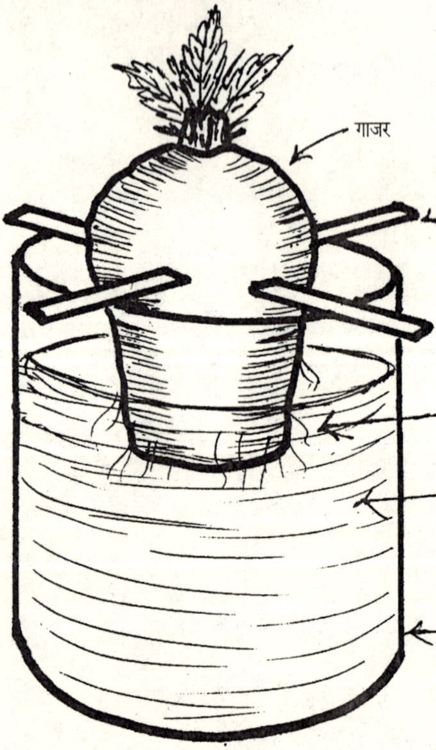

घेतात, वरचा देठाकडील भाग कापून फेकून देतात. याच भागापासून आपण गाजराचे रोपटे तयार करू शकतो.

साहित्य : एक गाजर, काचेचा पेला, पाणी.

कृती : गाजराचा रुंद भाग आपणास प्रयोगासाठी हवा आहे. गाजर आडवे कापून त्याच्या वरच्या भागात दोन बांबूच्या बारीक कामट्या आरपार घाला. नंतर हे गाजर पेल्यात ठेवा. कामट्या पेल्याच्या काठावर टेकल्यामुळे गाजर पेल्यात लोंबकळत राहील.

गाजराचा पेल्यातील भाग पाण्यात बुडेल इतके पाणी पेल्यात ओता. चार-पाच दिवसांनी गाजराच्या वरच्या भागात बदल घडू लागतो व तेथे बारीक बारीक पाने दिसू लागतात. ही पाने हळूहळू मोठी होत जातात. त्याचवेळी पाण्यात बुडालेल्या गाजराच्या भागाला मुळे फुटतात. मुळे पाणी शोषतात व पानांची वाढ भराभर होत राहते व थोड्याच दिवसांत गाजराचे हिरवेगार सुंदर झाड पेल्यात तयार होते.

पेल्यातील पाणी कमी झाले तर त्यात आणखी पाणी टाकून त्याची पातळी कायम ठेवावी.

❖

रताळ्याचा वेल

काचेच्या पेल्यात रताळ्याचा वेल कसा तयार करावा याची माहिती या प्रयोगात दिली आहे.

साहित्य : काचेचा पेला, पाणी, बांबूची बारीक कामटी.

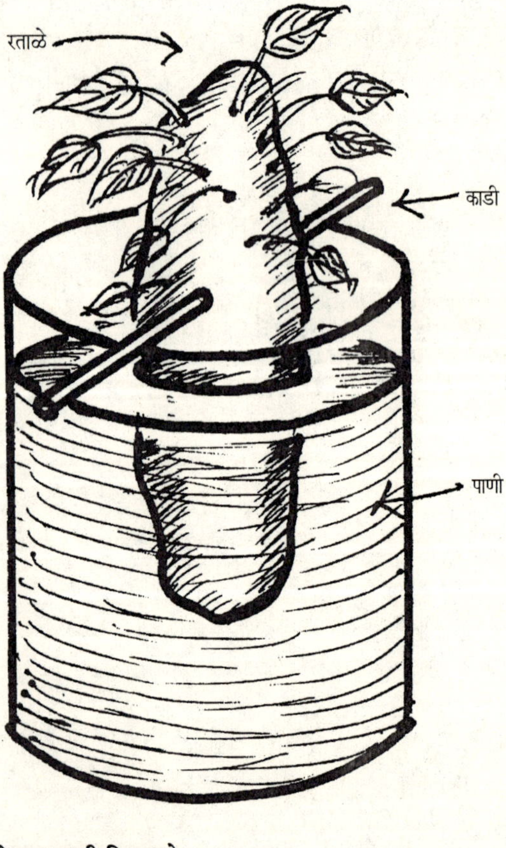

कृती : काचेच्या पेल्यात त्याच्या अर्ध्याइतके स्वच्छ पाणी घ्या. त्यानंतर लांबट आकाराचे रताळे घ्या. ते उभे धरून त्याच्या अर्ध्या भागाच्या वर बांबूची बारीक कामटी आरपार घाला. रताळे पेल्यात ठेवा. बांबूची कामटी पेल्याच्या काठावर टेकेल व रताळे पाण्यात बुडणार नाही. ते पाण्यात तरंगत राहील. खोलीच्या शांत कोपऱ्यात हा पेला ठेवून द्या.

सुमारे आठ दिवसांत रताळ्याच्या वरच्या भागाला असलेल्या खड्ड्यातून कोंब निघतील व वाढू लागतील. आता हा पेला तुम्ही टेबलावर शोभेची वस्तू म्हणून ठेवू शकता.

रताळ्याच्या पाण्यात बुडालेल्या भागाला बारीक मुळे फुटली म्हणजे रताळे पाण्याबाहेर काढा. त्याची कामटी काढून टाका. अंगणात जागा खोदून माती भुसभुशीत करा. त्यात पाणी टाका व त्यात हे रताळे लावा. मुळे जमिनीतील पोषक द्रव्ये शोषून घेतील व रताळ्याचा वेल जोमाने वाढू लागेल.

❖

पोमॅटोचे झाड

एकाच झाडाच्या मुळांना बटाटे आणि वरच्या भागाला टोमॅटो लागले तर तुम्हाला नक्कीच नवल वाटेल. ही गंमत तुम्ही तुमच्या मित्रांना दाखवून चकित करू शकाल. ही गंमत तयार होण्यास बरेच दिवस लागतात. तेवढा धीर धरावयास हवा.

साहित्य : दोन लहान मातीच्या कुंड्या, माती, बटाटा, टोमॅटोच्या बिया.

कृती : शेतातील काळी माती घेऊन त्यात कुजलेले शेणखत कालवून भुसभुशीत करा व ही माती कुंड्यांमध्ये भरा. कुंडी पूर्ण न भरता थोडी रिकामी राहू द्या. त्यामुळे त्यात पाणी टाकता येईल. पाण्याचा निचरा होण्यासाठी कुंड्यांच्या तळाशी एक-एक छिद्र पाडा.

माती भरलेल्या कुंडीत झारीने पाणी टाकून माती ओली करा. एका कुंडीत टोमॅटोच्या तीन-चार बिया टोचा. दुसऱ्या कुंडीत बटाट्याचा डोळा असलेला एक तुकडा मातीत दाबून बसवा. गर असलेला भाग मातीत बसविल्यावर बटाट्याचा डोळा उघडा ठेवा. दोन्ही कुंड्यांत रोज थोडे थोडे पाणी टाका.

दहा-बारा दिवसांनी बटाट्याच्या डोळ्यातून कोंब निघेल व हळूहळू मोठा होत जाईल. टोमॅटोच्या बिया रुजून त्यांना कोंब फुटून वाढू लागेल. पुन्हा काही दिवसांनी दोन्ही झाडे मोठी होऊ लागतात. खोडांची लांबी एक फुटापर्यंत झाली म्हणजे टोमॅटोच्या कुंडीत एक चांगले वाढलेले रोप ठेवून बाकीची रोपे उपटून दुसरीकडे लावावी, म्हणजे ती वाया जाणार नाहीत.

टोमॅटो व बटाट्याच्या कुंड्या शेजारी शेजारी ठेवा. प्रत्येकाच्या खोडाची

वरची साल अगदी हळुवारपणे चाकूने काढावी. आकृतीत दाखविल्याप्रमाणे थोड्या जागेवरची साल काढावी. साल काढलेली झाडाची खोडे एकमेकांना चिकटून दोऱ्याने घट्ट बांधून घ्यावी व संपूर्ण बांधलेल्या खोडावर व दोऱ्यावर चांगले चावलेले बबलगम चिकटवून द्या. आणखी काही दिवस वाट पाहा. दोन्ही झाडांची चांगली वाढ होत असलेली दिसून आल्यास बांधलेल्या ठिकाणाच्या वरच्या बाजूस असलेली बटाट्याची फांदी छाटून टाका. तसेच

दोऱ्याच्या खालील टोमॅटोची फांदी छाटा व टोमॅटोची कुंडी बाजूला करा. आता एकच कुंडी राहिली आहे.

या कुंडीत खालचे रोप बटाट्याचे आहे, वरील शेंडा टोमॅटोचा आहे. बटाट्याच्या खोडातून अन्नरस वरच्या टोमॅटोच्या झाडात जात राहील. काही दिवसांनी वरच्या शेंड्याला टोमॅटो येतील. त्यावेळी कुंडीतील एका बाजूची थोडीशी माती उकरून पाहिली तर मुळांना लहान लहान बटाटे लागलेले दिसतील.

आपण या झाडाला पोटॅटो-टोमॅटो म्हणजे पोमॅटो असे नाव देऊ.

❖

पांढरे फूल रंगीत बनविणे

झाडाच्या फांद्या किंवा देठासहित फुले पाण्यात बुडवून ठेवली असता फांदी किंवा देठ पाणी शोषून घेतात, याचा आपण अभ्यास केला आहे. त्यातील रंग बदलणाऱ्या फुलाची ही गंमत करून पाहा.

साहित्य : पांढरे फूल असलेली फांदी, काचेचा पेला, पाणी, तुम्हाला आवडणारा खाण्याचा लाल किंवा निळा रंग

कृती : काचेच्या पेल्यात अर्ध्यापेक्षा जास्त पाणी घ्या. या पाण्यात खाण्याचा लाल रंग टाका व पाणी हलवून रंग विरघळू द्या.

पांढऱ्या रंगाचे फूल असलेली निशीगंधाची एक फांदी घ्या. तिच्या खालच्या बाजूला चाकूने तिरपा छेद मारून फांदीचे टोक कापा. नंतर ही फांदी पेल्यातील रंगीत पाण्यात बुडवून तीन-चार तास राहू द्या. फांदीतून पाण्याबरोबर रंगाचे कणसुद्धा वर ओढले जातात. फांदीतून ते वर येऊन पानात व फुलात जातात.

पांढऱ्या रंगाचे फूल पूर्णपणे रंगीत जरी झाले नाही तरी त्यात घुसलेले रंगाचे कण तुम्हाला फुलावर पसरलेले दिसतील. अशा प्रकारे पांढऱ्या फुलावर गुलाबी रंग पसरलेला दिसेल.

❖

रोपाची गंमत

घराच्या अंगणात किंवा शाळेच्या बगिच्यात मेथीच्या किंवा मोहरीच्या बिया लावून ही गंमत तयार करता येते.

साहित्य : मोहरीच्या किंवा मेथीच्या बिया.

कृती : घराच्या अंगणात एका बाजूला किंवा शाळेच्या बगिच्यात एका चौकोनी जागेवर खोदून तेथील माती भुसभुशीत करून मातीमध्ये असणारा काडी-कचरा वेचून फेकून द्यावा. या मातीच्या वर आणखी तशीच भुसभुशीत माती टाकून मातीचा उंच गादी वाफा तयार करावा.

या गादी वाफ्यावर झारीने सर्वत्र सारखे पाणी मारावे, म्हणजे माती ओली होईल. या मातीवर आपल्या आवडीचे एखादे नाव काडीने लिहावे. अक्षरे दूर दूर व मोकळी काढावी. अक्षरांवर मेथीचे किंवा मोहरीचे बी दाट पसरावे. भुसभुशीत मातीने बी झाकून वरून पुन्हा झारीने पाणी टाकावे. दररोज एक वेळा पाणी द्यावे. म्हणजे माती सतत ओली राहील.

आठ दिवसांत बियांना कोंब फुटून त्याची लहान लहान रोपे मातीच्या वर येतील व तुम्ही लिहिलेले नाव रोपांमधून प्रगट झालेले दिसेल. त्यामुळे तुम्हाला एक वेगळाच आनंद होईल.

❖

कुंडी तयार करणे

झाडाचे रोप लावण्यासाठी आपण मातीच्या किंवा प्लॅस्टिकच्या कुंड्या वापरतो. नुसती माती भरून त्यात रोप लावले तर पोषक द्रव्ये कमी मिळतात. म्हणून मातीबरोबर शेणखत, कुजलेला पालापाचोळा त्यात टाकावा लागतो. कुंडीतील पाण्याचा निचरा होण्यासाठी काही योजना करावी लागते, नाहीतर पाण्यामुळे रोपांची मुळे सडून जातात.

कोणतीही कुंडी घ्या. तिच्या तळाला सुपारीएवढे छिद्र पाडा. या छिद्राच्या आजूबाजूला लहान लहान दगडाचे तुकडे ठेवून त्यावर एखादे प्लॅस्टिकचे झाकण ठेवा. त्यामुळे छिद्र बंद होणार नाही व कुंडीतील

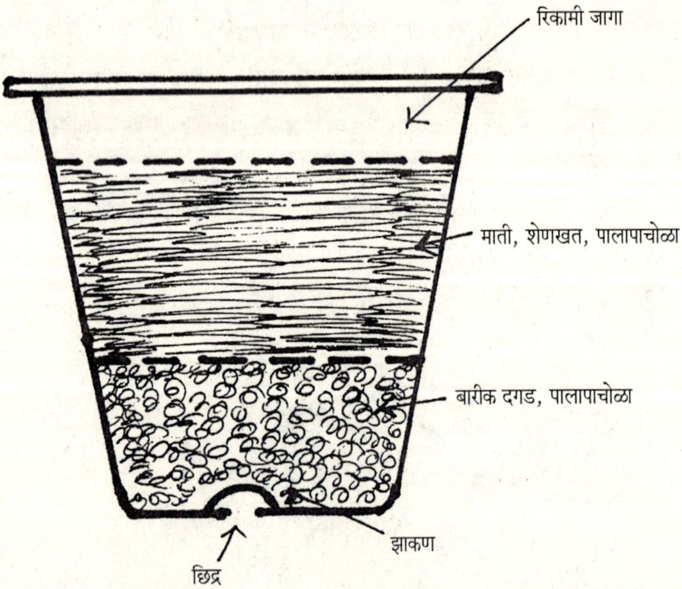

माती वाहून जाणार नाही. जास्तीचे पाणी छिद्रातून वाहून जाईल.

त्यानंतर त्यावर बारीक दगड व पालापाचोळ्याचा थर टाकावा. त्याच्यावर माती, शेणखत याचा थर द्यावा व कुंडी अर्ध्यापर्यंत भरावी. त्यानंतर शेतातील काळ्या मातीचा थर टाकावा. कुंडी पूर्णपणे भरू नये. पाणी राहण्यासाठी दोन इंच अंतर सोडून द्यावे.

जेव्हा रोप लावायचे असेल त्याच्या अगोदर कुंडीत पाणी टाकावे. ते हळूहळू झिरपत खाली जाईल. माती ओली झाली म्हणजे थोडा वेळ थांबावे. म्हणजे कुंडी थंड होते. रोपाच्या मुळांचा विस्तार पाहून कुंडीतील माती काडीने कोरून खड्डा करावा व त्यात रोपांची मुळे वाकणार किंवा मोडणार नाही अशी काळजी घेऊन रोप ठेवावे व हळूच मुळे झाकून टाकावी. ही कुंडी सावलीत ठेवावी. दोन दिवसांत हे झाड टवटवीत दिसू लागते.

❖

फांदीपासून पुनरुत्पादन

चांगल्या झाडाची फांदी कलम करून लावल्यास चांगल्या प्रकारचे झाड तयार होते. काही झाडांचे पुनरुत्पादन बी पेरून करता येते, काही झाडांचे डोळा बसवून करता येते, काही झाडांचे कलम करण्याच्या

अनेक प्रकारांनी करता येते. काही विशिष्ट झाडांना कोणते कलम उपयोगात आणायचे हे माहीत असायला हवे. साधी फांदी लावून झाड कसे तयार करावे हे आपण पाहू.

साहित्य : माती भरून तयार केलेली कुंडी, चांगल्या झाडाची फांदी.

कृती : कुंडीतील माती झारीने पाणी टाकून ओली करा. तिला बाजूला ठेवा. चांगल्या झाडाची एक फूट लांबीची फांदी कापून घ्या. तिच्या खालच्या बाजूला चाकूने तिरपे कापा.

बारीक दांडा कुंडीतील मातीत घुसवा व बाहेर काढा. मातीत चार इंच खोल छिद्र तयार झाले पाहिजे. या छिद्रात फांदीचा तिरपा कापलेला भाग घाला व माती दाबून फांदी हलणार नाही इतकी पक्की बसवा. फांदीच्या वरच्या टोकाला ओल्या शेणाचा गोळा बसवा. त्यामुळे टोकातून पाण्याचे बाष्पीभवन होणार नाही. कुंडी सावलीत ठेवा.

आठ-दहा दिवसांनी फांदीला असलेले डोळे मोठे होऊन कोंब तयार होतील व वाढू लागतील. अशा प्रकारे फांदीचा तुकडा लावून नवीन झाड तयार करता येते.

❖

डोळा बसविणे

आपल्या घराच्या अंगणात एखादे गुलाबाचे झाड असेल तर त्या झाडावर चांगल्या जातीच्या गुलाबाचा डोळा बसवून आपण त्याचे

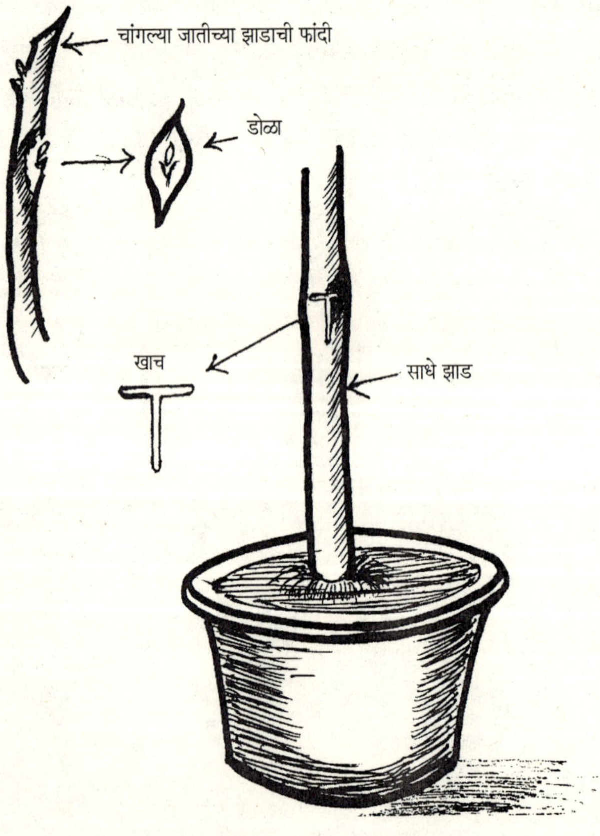

चांगल्या जातीत रूपांतर करू शकतो. या नवीन झाडावर वेगवेगळ्या रंगाची फुले सुद्धा आणू शकतो. नवीन झाड लावण्याची गरज पडत नाही. डोळा कसा बसवावा लागतो याची पद्धत पाहू.

साहित्य : छोटा धारधार चाकू, दोरा, चांगल्या जातीच्या गुलाबाची फांदी.

कृती : प्रथम अंगणात लावलेल्या गुलाबाची बोटासारखी जाड फांदी निवडा. तिच्या सालीवर इंग्रजी 'T' आकाराप्रमाणे चाकूने कापा. यावेळी कापताना दक्षता अशी घ्यावी की, फक्त सालच कापले जावे, आतील खोडाला इजा पोहचू नये.

यानंतर चांगल्या जातीच्या गुलाबाची फांदी घ्यावी. तिच्यावरील टवटवीत डोळा निवडावा व त्याच्या भोवती लांबट गोल आकार कापून तो हळूच काढून घ्यावा.

अगोदर कापलेल्या 'T' आकाराला किंचित वाकवून त्याची साल किंचित सुटी करावी व त्या जागेत काढलेला डोळा सरकवून बरोबर बसवावा व वरून सुती दोऱ्याचे अनेक वेढे मारून बांधून टाकावा. त्याला हवा लागू नये म्हणून वरून बबलगाग चिपकटपून घ्यावे. ज्या ठिकाणी डोळा बसविला त्याच्या पुढील झाडाचा शेंडा कापून टाकावा. त्यामुळे येणारा अन्नरस डोळ्याला मिळेल व त्याची वाढ होईल.

आठ-दहा दिवसात डोळ्याची वाढ चांगली होऊ लागली व त्याचा कोंब तयार झाला की, डोळा बसविण्याची क्रिया यशस्वी झाली असे समजावे. थोड्याच दिवसात त्याची फांदी तयार होऊन त्यावर नवीन प्रकारची फुले लागतील.

❖

भेट कलम

साध्या प्रकारच्या झाडावर चांगल्या प्रकारच्या झाडाचे भेट कलम

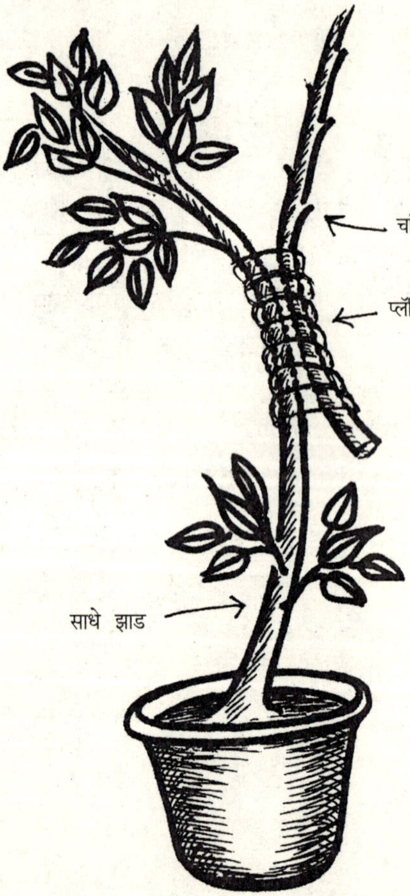

बांधून आपण चांगल्या प्रकारचे झाड वाढवू शकतो. भेट कलम कसे बांधायचे याची माहिती पाहू.

साहित्य : साध्या झाडाची कुंडी, चाकू, प्लॅस्टिकच्या कागदाची पट्टी, चांगल्या जातीच्या झाडाची फांदी.

कृती : साध्या झाडाच्या फांदीचा चांगला भाग पाहून तेथील ३ सें.मी. लांबीची फक्त एका बाजूकडून साल काढा. चांगल्या झाडाची डोळे असलेली फांदी घेऊन तिच्यावरील एका बाजूकडील ३ सें.मी. लांबीची साल काढा. दोन्ही फांद्यांचे साल काढलेले भाग एकमेकांना चिकटून धरा व त्या जोडाभोवती प्लॅस्टिकची नरम पट्टी गुंडाळून पक्के बांधून टाका.

बांधलेल्या ठिकाणाच्या वरच्या बाजूस असलेला साध्या झाडाचा शेंडा कापून काढा. त्यामुळे खालून येणारा अन्नरस नवीन फांदीला मिळत राहील व त्यावरील डोळे मोठे होतील व त्यांना कोंब फुटतील. थोड्याच दिवसांत चांगल्या जातीचे नवीन झाड तयार होईल. त्या झाडाची फुले वेगळ्या रंगाची असतील.

दोन झाडांच्या फांद्यांची भेट घडवून हे कलम तयार केले म्हणून याला भेट कलम म्हणतात.

❖

पाचर कलम

वनस्पतीच्या पुनरुत्पादनाचा हा एक प्रकार आहे. कमी प्रतीच्या जिवंत झाडावर चांगल्या प्रतीच्या झाडाचे कलम बांधून चांगले झाड

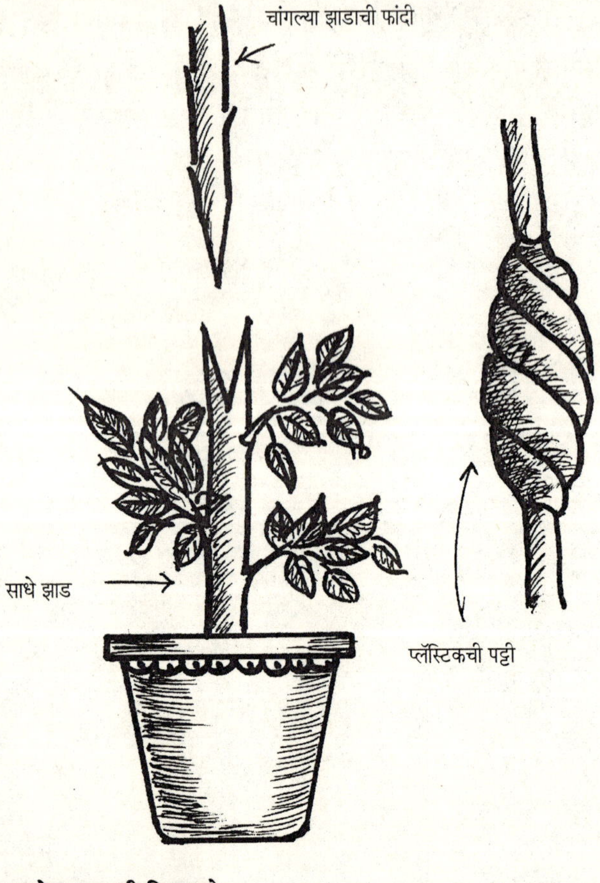

निर्माण करता येते.

कुंडीत किंवा जमिनीत वाढलेली झाडे यासाठी उपयोगी पडतात. फांदी करंगळीसारखी जाड असावी. तिचा शेंड्याकडील भाग कापून टाकावा व कापलेल्या भागावर इंग्रजी 'V' च्या आकाराची खाच पाडावी. त्याकरिता तीक्ष्ण धारेचा चाकू वापरावा. त्यामुळे फांदी खराब होणार नाही. चाकूने काम करताना घरातील वडीलधाऱ्या माणसाच्या देखरेखीखाली काम करावे.

फांदीला उभी खाच पाडल्यावर त्या खाचेत बरोबर बसेल अशी चांगल्या प्रतीच्या झाडाची पाचर तयार करायची आहे. त्याकरिता चांगल्या प्रतीच्या झाडाची तेवढ्याच जाडीची फांदी घ्यावी. तिच्यावर चांगले टवटवीत दोन-तीन डोळे असावेत. तिच्या तळाकडे चाकूने पाचरीचा आकार द्यावा. तो 'V' आकारात बसवून पाहावा. बरोबर बसला असेल तर तसा बसवून प्लॅस्टिकच्या पातळ पट्टीने दोहोंचा जोड आवळून बांधावा व झाकून टाकावा. काही दिवस झाडाला सूर्यप्रकाश मिळेल, पण कडक ऊन पडणार नाही यासाठी सावली करावी.

दहा-बारा दिवसांत वरच्या फांदीवर असलेले डोळे मोठे होऊन वाढू लागले म्हणजे आपला प्रयोग यशस्वी झाला असे समजावे. झाडाच्या एका फांदीत दुसऱ्या झाडाची पाचर बसवितात म्हणून याला पाचर कलम म्हणतात.

❖

दाब कलम

काही वेली लांब वाढतात, त्यांच्या दांडीचा जमिनीला स्पर्श झाला व योग्य वातावरण मिळाले तर त्या ठिकाणी मुळे फुटतात व त्याचे नवीन रोप तयार होते. रताळ्याचा वेल त्याचे उत्तर उदाहरण आहे.

एका मोठ्या वाफ्यात डोळे असलेले रताळे लावले तर त्याला कोंब फुटून त्याची वाढ सुरू होते व त्याचा वेल वाढून लांबत जातो. असा वेल वाढल्यावर त्याच्या फांदीचा भाग त्याला इजा होऊ न देता जमिनीत थोडासा दाबून त्यावर वजन म्हणून छोटासा दगड ठेवावा. काही दिवसांनी या ठिकाणी मुळे फुटतात व ते जमिनीतील पोषक द्रव्ये शोषून घेतात व वेलाची वाढ जोराने होते.

अशीच फांदी आणखी लांब झाली की, तिला जमिनीत दाबून वर दगड ठेवावा. त्या ठिकाणीसुद्धा मुळे फुटतील व वेल वाढत जाईल.

बऱ्याच दिवसांनी ज्या ज्या ठिकाणी वेल दाबला त्या त्या ठिकाणी मुळांना रताळी लागलेली दिसतात. अशा प्रकारे रताळ्याच्या वेलाचे पुनरुत्पादन केले जाते. जमिनीत दाबून ही गोष्ट केली जाते म्हणून हिला **दाब कलम** असेही म्हणतात.

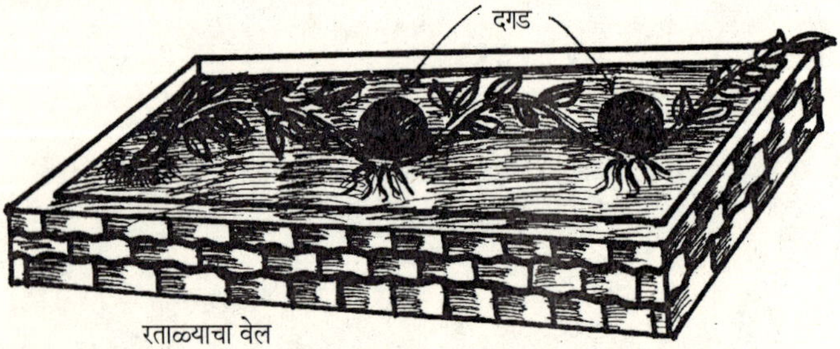

रताळ्याचा वेल

❖

गुटी कलम

एखाद्या मोठ्या झाडाच्या फांदीपासून नवीन रोपटे तयार करावयाचे

असेल तर कधीकधी ही पद्धत वापरतात.

साहित्य : मातीचे छोटे भांडे, धान्य ठेवण्याच्या पोत्याचे लहान तुकडे, सुतळी, माती.

कृती : झाडाची बारीक, पण टवटवीत फांदी निवडावी. तिच्यावरील दोन- तीन इंच लांबीची फक्त एका बाजूकडील साल खरवडून घ्यावी. या भागावर शेतातील माती ओली करून तिचा गोळा बसवावा. हा गोळा खाली पडू नये म्हणून त्याच्या भोवती पोत्याचा तुकडा लपेटून घ्यावा. दोन-तीन वेढे मारावे व सुतळीने त्याला घट्ट बांधून घ्यावे.

या फांदीच्या वरच्या फांदीला मातीचे एक भांडे टांगावे व त्यात पाणी भरावे. हे पाणी थेंबाथेंबाने खालच्या फांदीवर बांधलेल्या पोत्याच्या गोळ्यावर पडले पाहिजे. त्यामुळे पोत्याचा गोळा व त्याच्या आतील मातीचा गोळा सतत ओला राहील.

काही दिवसांनी मातीच्या आत असलेल्या फांदीच्या भागाला मुळे फुटतील. खूप मुळे फुटली म्हणजे ही फांदी झाडाकडील भागाकडून कापून अलग करावी व स्वतंत्र झाड म्हणून वेगळ्या ठिकाणी मातीत लावावी. अशा प्रकारे नवीन झाड तयार होईल.

❖

हरबेरीयम (पानांचा संग्रह)

निरनिराळ्या झाडांच्या पानांचा संग्रह करण्यासाठी हरबेरीयम पद्धत वापरतात.

साहित्य : घरात बसवितो तशा दोन टाइल्स (फरशा), वर्तमानपत्राचे कागद, ज्यांचा संग्रह तयार करावयाचा त्या झाडांची पाने.

कृती : एका टाइल्सचा गुळगुळीत भाग वरच्या दिशेने येईल अशाप्रकारे तिला ठेवा. त्यावर वर्तमानपत्री कागदाची घडी ठेवा. या घडीवर झाडाचे पान ठेवा. त्यावर वर्तमानपत्री कागद ठेवा व त्यावर टाईल्सचा गुळगुळीत भाग येईल अशा रीतीने टाइल्स ठेवा. वरच्या टाइलस्वर वजन म्हणून मोठा दगड ठेवा.

वजनामुळे पान सपाट बनते व चार-पाच दिवसांत सुकते. वरील वजन काढून वरची टाइल्सवर काढावी. पान पूर्णपणे सुकले असेल तर त्याला हळुवारपणे उचलून घेऊन एका कोऱ्या ड्रॉईंगपेपरवर ठेवा. झाडाचे पान पूर्ण झाकले जाईल एवढा पारदर्शक प्लॅस्टिक पेपरचा तुकडा घ्या. पानावर हा तुकडा ठेवा व त्याला चारही बाजूने चिकटपट्टी लावून ड्रॉईंगपेपरला चिकटवून टाका. म्हणजे पान हलणार नाही.

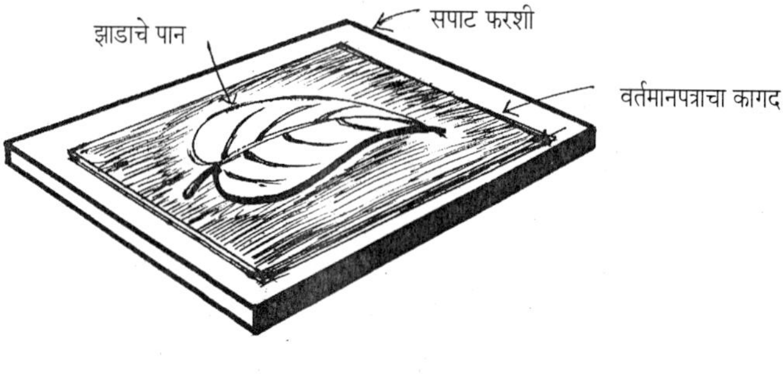

पानाच्या खाली ड्रॉईंगपेपर कोरा आहे. त्यावर थोडक्यात झाडाचे नाव, त्याची जात, पानाचा प्रकार वगैरे माहिती लिहून ठेवा. अशा प्रकारे निरनिराळ्या झाडांच्या पानांचा संग्रह करा. हे सर्व कागद एका फाइलमध्ये ठेवा. अशा प्रकारे झाडांच्या पानांचा अल्बम तयार होईल. त्यावरून तुम्हाला बरीच माहिती ज्ञात होईल व इतरांनासुद्धा मार्गदर्शक होईल.

❖

नाकतोड्याचा अभ्यास

आपण नेहमीच हिरव्या झाडावर रोपट्यावर उड्या मारणारे नाकतोडे

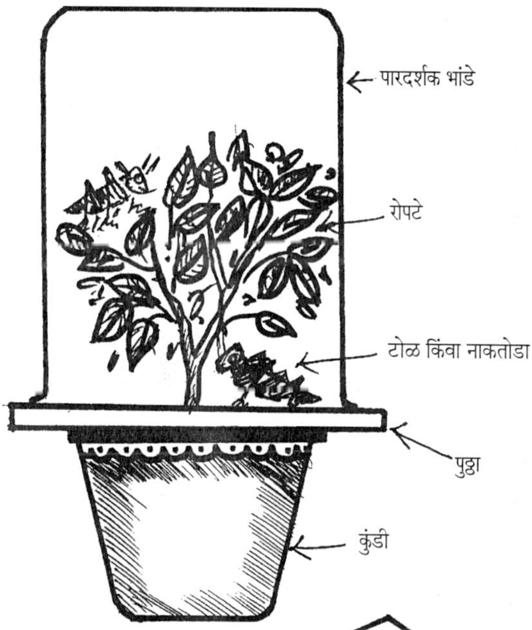

पाहतो. काही ठिकाणी यांना टोळ असेही म्हणतात. यांचे निरीक्षण करायला गेलो की, ते उड्या मारत दूर जातात. म्हणून त्यांचे जवळून निरीक्षण करून त्याचा अभ्यास करण्यासाठी आपण उपकरण तयार करू.

साहित्य : हिरवेगार झाड असलेली कुंडी, या कुंडीच्या तोंडापेक्षा मोठा असलेला पुठ्ठा, काचेची रुंद तोंड असलेली बरणी.

कृती : प्रथम पुठ्ठा घ्या. त्याच्या मध्यापर्यंत झाडाच्या खोडापेक्षा थोडी रुंद फट कापून घ्या. या फटीत झाडाचे खोड घालून पुठ्ठा कुंडीवर सरकवा. खोड बसल्यावर शिल्लक राहिलेल्या फटीवर चिकटपट्टी लावा.

शेतातील झाडावरून दोन-तीन नाकतोडे पकडून आणा व कुंडीतील झाडावर त्यांना सोडा व लगेच रुंद तोंडाची काचेची बरणी झाडावर उपडी ठेवून पुठ्ठ्याला टेकू द्या. त्यामुळे नाकतोड्यांचा बाहेर निघण्याचा मार्ग बंद होईल व त्यांना फक्त झाडावरच इकडून तिकडे फिरता येईल. त्यांना भूक लागली तर झाडाची पाने कुरतडून खातील व जिवंत राहतील.

बरणीच्या बाहेरून अगदी जवळून त्यांची हालचाल पाहता येईल व त्यांच्या सवयींचा अभ्यास करता येईल. दोन-तीन दिवसांनंतर हे नाकतोडे हिरव्या गवतावर सोडून द्या.

❖

सुरवंटाचा अभ्यास

पावसाळ्याच्या दिवसांत कण्हेराची पाने कुरतडलेली दिसतात. त्यावरून असे समजावे की, या झाडावर फुलपाखरांचे सुरवंट आहेत, पण सुरुवातीला ते लहान असल्यामुळे लवकर दिसत नाहीत. काही दिवसांनी हे सुरवंट मोठे होतात. आपल्या हाताच्या बोटाइतकी त्यांची जाडी असते. हा सुरवंट भीतिदायक वाटतो. ते विषारी नसतात, पण ते झाडाची पाने खूप कुरतडतात. या सुरवंटाचेच पुढे छान फुलपाखरू तयार होते व उडून जाते. सुरवंटाचे फुलपाखरू तयार होईपर्यंत त्याच्यात होणाऱ्या बदलाचा अभ्यास करण्यासाठी आपण पेटी तयार करू.

साहित्य : बूट ठेवण्यासाठी पुठ्ठ्याचे खोके असते तसे पुठ्ठ्याचे एक खोके; खोक्याच्या बाजूंना लावण्यासाठी पारदर्शक काचेचे चौकोनी तुकडे, झाडावरील मोठे सुरवंट, झाडांची कोवळी पाने.

कृती : पुठ्ठ्याचे खोके घ्या. त्याच्या वरच्या व उभ्या बाजूला चौकोनी आकारात कापून खिडक्या तयार करा. या खिडक्यांना चौकोनी

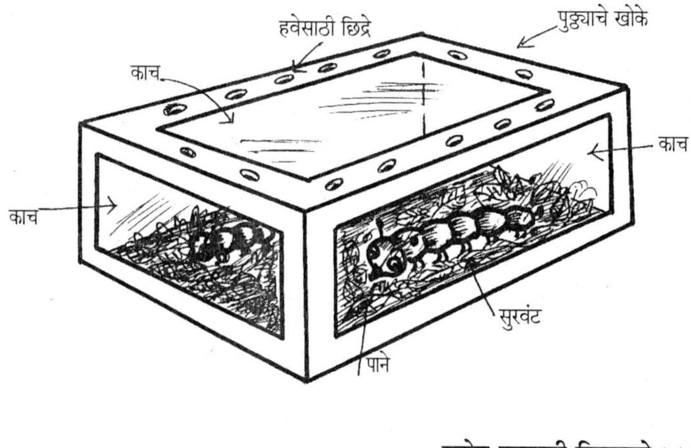

पारदर्शक काचेचे तुकडे चिकटपट्टीने घट्ट चिकटवा. या काचेतून आत ठेवलेल्या सुरवंटाची हालचाल पाहता येईल. हवा येण्यासाठी खोक्याला लहान लहान छिद्रे पाडा. खोक्यात झाडाची पाने व सुरवंट ठेवण्यासाठी एक झडप ठेवा. ती बंद करता आली पाहिजे. नाहीतर सुरवंट बाहेर निघून जाईल.

अशा प्रकारे खोके तयार झाल्यावर ज्या झाडावर सुरवंट मिळाले त्याच झाडाची कोवळी पाने खोक्यात टाका. या झाडाच्या पानावर सुरवंट हळूच ठेवा व खोक्याची झडप बंद करा. हा सुरवंट खूप खादाड असतो. तो पाने कुरतडून खातो व त्याची वाढ झपाट्याने होत राहते.

सुरवंटाची वाढ पूर्ण होईपर्यंत तो खातच राहतो. वाढ पूर्ण झाल्यानंतर त्याची पुढील अवस्था कोशावस्था असते. या अवस्थेत सुरवंट सुस्त पडून राहतो व त्याचा हिरवा रंग बदलून तपकिरी होत जातो. हाच तपकिरी रंगाचा कोश असतो.

काही दिवस गेल्यावर या तपकिरी रंगाच्या कोशाला छिद्र पाडून फुलपाखरू बाहेर पडते. खोक्याच्या आत आपण त्याला पाहू शकतो. अजून त्याच्या पंखांत बळ आलेले नसते. दोन दिवस त्याला खोक्यात राहू द्यावे व खोक्याची झडप उघडून त्याला हळुवार बाहेर काढावे व मोकळ्या हवेत उडण्यासाठी सोडून द्यावे.

❖

बर्लीज फनेल

मातीत असणारे बारीक जंतू जमा करून त्यांचे निरीक्षण करण्यासाठी हे उपकरण उपयोगी पडते. बर्लीज नावाच्या संशोधकाने हे सोपे उपकरण बनविले.

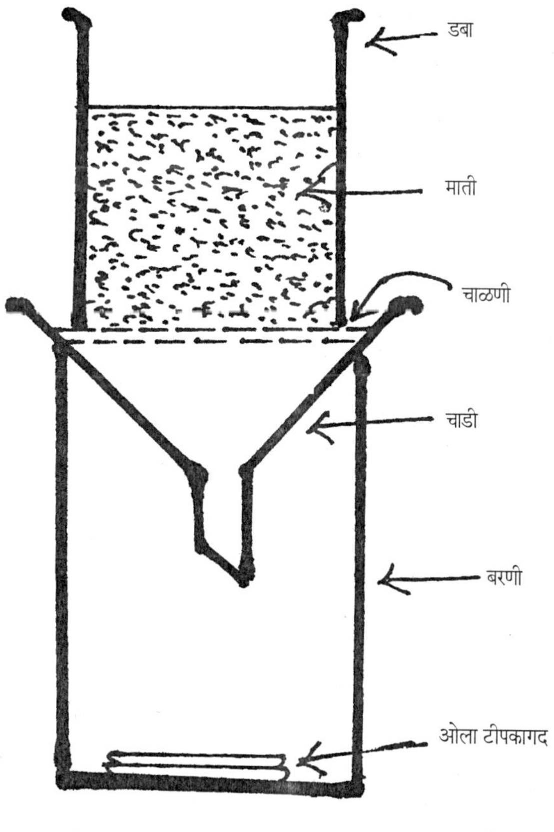

साहित्य : तळ व झाकण काढलेला पत्र्याचा गोल डबा, तारेची जाळी, काचेची बरणी, चाडी, टीपकागद, सूक्ष्मदर्शक भिंग, पाणी.

कृती : काचेच्या बरणीत टीपकागद ओला करून पसरवा. या बरणीच्या तोंडावर एक चाडी बसवा. चाडीच्या आतून बारीक ताराची जाळी वर्तुळाकार कापून सपाट बसवा.

तळ व झाकण काढलेला डबा जाळीवर ठेवा. हा डबा पाऊण भाग भरेल इतकी त्यात माती भरा. ही बरणी सूर्यप्रकाशात एक-दोन दिवस ठेवा. मातीतील गोल कृमी व लहान कीटक ऊन, प्रकाश यापासून दूर जाण्यासाठी तळाकडे जातात आणि ओलाव्याकडे खेचले जातात. जाळीवरून खाली जाऊन चाडीतून खालच्या टीपकागदावर पडतात.

सूक्ष्मदर्शक भिंगातून पाहिल्यास काळ्या, पांढऱ्या, तपकिरी रंगाचे किडे, अळ्या कागदावर वळवळताना व फिरताना दिसतात.

❖

फुलपाखरे पकडण्याची जाळी

बऱ्याच वेळा फुलपाखरांचा अभ्यास करण्यासाठी फुलपाखरे पकडावी लागतात. म्हणून त्यांना इजा होऊ न देता पकडण्यासाठी एक विशिष्ट प्रकारची जाळी वापरतात. या जाळीमुळे फुलपाखरे सहज पकडता येतात व त्यांना इजासुद्धा होत नाही.

साहित्य : जाड तार, मच्छरदाणीच्या कापडाचा तुकडा, सुई-दोरा.

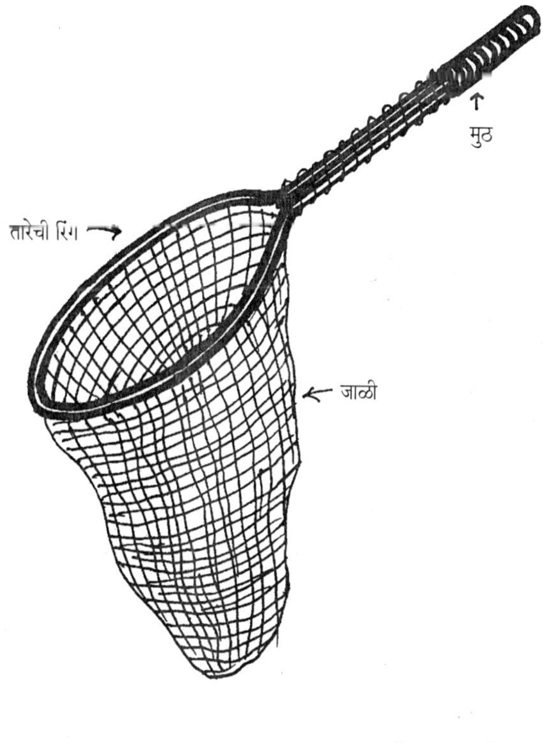

कृती : जाड तार घेऊन एखाद्या मोठ्या गोल डब्याभोवती गुंडाळून त्याची गोल रिंग तयार करा. तारेचे पहिले व शेवटचे टोक लांब ठेवून त्याची लांबी सारखी करून घ्या. तारेचा गोल आकार उलगडू नये म्हणून त्यावर दोरा गुंडाळून घ्या. शेवटच्या टोकावर कापडाचे अनेक थर गुंडाळून मूठ तयार करा.

मच्छरदाणीच्या कपड्याचा तुकडा घेऊन तो रिंगला सुई दोऱ्याने शिवून घ्या. कपड्याचा लोंबकळणारा भाग दोऱ्याने शिवून त्याचे तोंड बंद करा. आकृतीत दाखविल्याप्रमाणे आकार तयार होईल. उडणाऱ्या फुलपाखरावर ही जाळी टाकून त्याला इजा न होता फुलपाखरू पकडता येते. त्याचे निरीक्षण करून हिरवळीवर सोडून द्यावे.

बॅडमिंटन खेळण्याची बॅट जर खराब झाली असेल तर त्याचे तुटलेले दोरे काढून त्या रिंगला मच्छरदाणीचे कापड शिवून त्याचीसुद्धा चांगली जाळी बनविता येते.

❖

पाणी टाकण्याची झारी

मोठ्या बगिच्यात झाडांना पाणी टाकण्यासाठी मोठी झारी वापरतात. आपल्या प्रयोगात आपण छोट्या कुंड्या व छोटी रोपे वापरतो. त्यांना

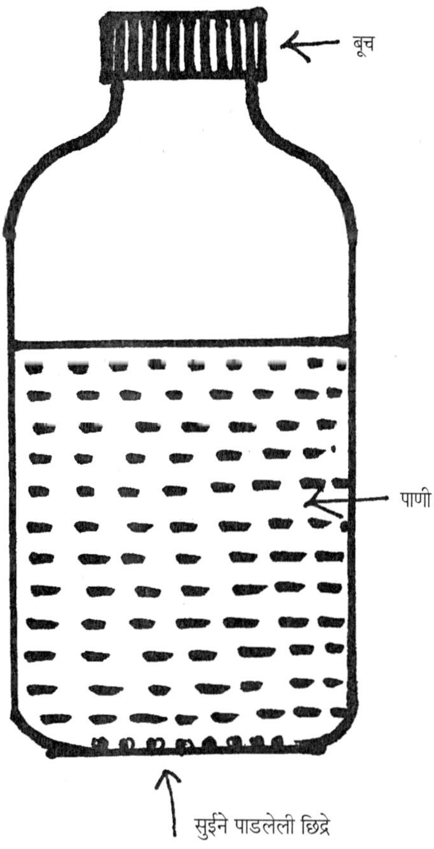

मोठ्या झारीने पाणी टाकले, तर ते जास्त होईल. म्हणून नाजूकशी झारी तयार करून पाहू.

पाणी ठेवण्याची प्लॅस्टिकची बाटली घ्या. हिचे बूच मात्र घट्ट बसले पाहिजे. बारीक सुई गरम करून बाटलीच्या तळाला आठ-दहा बारीक छिद्रे पाडा. बाटलीत पाणी भरा व लागलीच तिला घट्ट बूच बसवा. बाटली वाताभेद्य झाल्यामुळे छिद्रातून पाणी पडणार नाही.

ज्यावेळेस रोपांना पाणी द्यावयाचे असेल त्यावेळी बूच थोडे सैल करा. त्यामुळे बाटलीच्या तळातून पाण्याच्या बारीक धारा निघू लागतील. त्यांनी आपण रोपांना हानी न पोचता पाणी देऊ शकतो. काम झाल्यावर बूच घट्ट लावले म्हणजे पाणी पडणे बंद होईल.

❖

भूछत्राचे चित्र

भूछत्रे किंवा अळंबी यांना काही भागात कुत्र्याची छत्री म्हणून ओळखतात. त्यांचे अनेक प्रकार आहेत. त्यापैकी काही विषारीसुद्धा

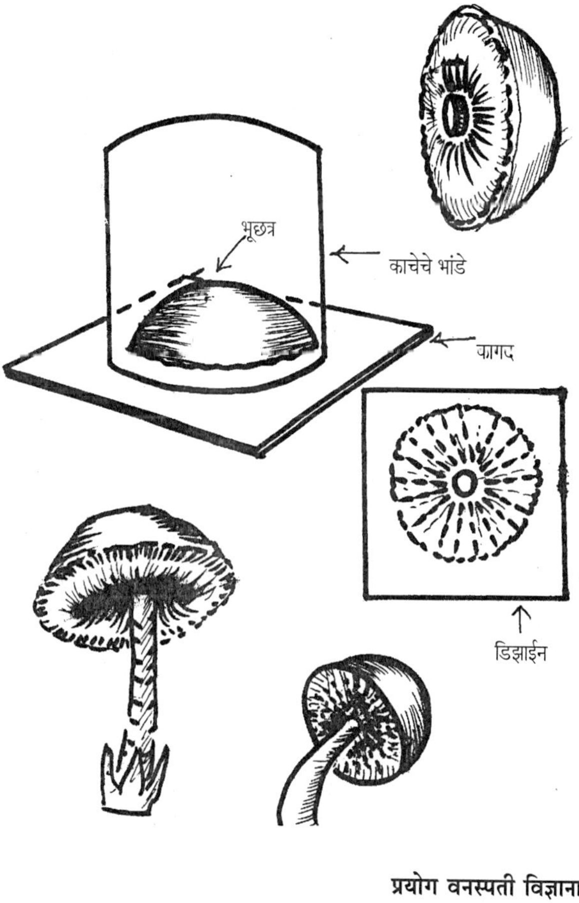

आहेत. या वनस्पतीच्या परागाचे चित्र कागदावर सोप्या पद्धतीने घेता येते.

साहित्य : भूछत्रे, चाकू, कागद, भांडे.

कृती : भूछत्राचा देठ चाकूने कापून टाका. छत्रीचा भाग उलटा करून पाहिला तर पातळ पापुद्रे सुंदर डिझाईनमध्ये दिसतील. त्यामध्ये भूछत्राचे परागकण असतात.

ही छत्री कागदावर नीट पसरून ठेवा. त्यावर एक काचेचे भांडे झाकण ठेवा. म्हणजे हवेमुळे परागकण उडून जाणार नाही. रात्रभर कागद तसाच ठेवा.

सकाळी वरचे भांडे उचलून घ्या. छत्री सावकाश वर उचला. कागदावर पडलेल्या परागकणांची डिझाईन विसकटू देऊ नका. काही भूछत्रांचे परागकण रंगीत असतात.

परागकणांचे डिझाईन पक्के करण्यासाठी त्यावर वार्निशचा फवारा हळुवारपणे मारा. परागकण उडणार नाही याची दक्षता घ्या.

सर्व कृती करून संपल्यावर आपले हात साबणाने स्वच्छ धुवून घ्या.

❖

पिंपळपानाची जाळी

पिंपळाच्या पानापासून सुंदर जाळी तयार होते. या जाळीवर पोस्टर रंगांनी चित्रे काढता येतात.

कृती : पिंपळाचे मोठे पान घ्या व त्याला पाण्याने भरलेल्या पसरट भांड्यात साधारणपणे पंधरा दिवस भिजू द्या. पंधरा दिवस भिजल्यामुळे पानाच्या वरचा भाग सडतो. तो हळुवारपणे कापूस ओला करून त्यावर घासला की निघून जातो व आतील जाळी उघडी पडते. जाळी तुटणार नाही याची काळजी घेऊन पूर्ण पान स्वच्छ करावे.

ही जाळी सुकल्यावर पोस्टर रंगाने एखादा देखावा किंवा चित्र रंगवावे. जाळीच्या खालून काळा कागद लावला की, चित्र उठून दिसते.

अशी अनेक विषयांची चित्रे तयार करून भेटकार्डे, अभिनंदनपत्रे तयार करून तुमच्या मित्रांना देऊ शकता.

❖

बोनसाय तयार करणे

बोनसाय म्हणजे परिपूर्ण झाडाची छोटी जिवंत प्रतिकृती. ही प्रतिकृती एवढी लहान असते की, छोट्या ट्रेमध्ये ती मावते व दिवाणखान्यातील टेबलावर शोभेसाठी ठेवता येते. सर्व गुणधर्म व त्याचा आकार मोठ्या झाडाप्रमाणेच दिसतो. बोनसाय बियांपासून, तसेच फांदीपासूनसुद्धा तयार करता येते. बोनसाय तयार करण्यासाठी ज्या झाडाचे खोड टणक व दीर्घायू असते अशीच झाडे वापरावी. पपई, एरंड अशी झाडे वापरू नये. वड, पिंपळ, बोगनवेल, लिंबू, चिकू, सीताफळ अशी झाडे वापरावी.

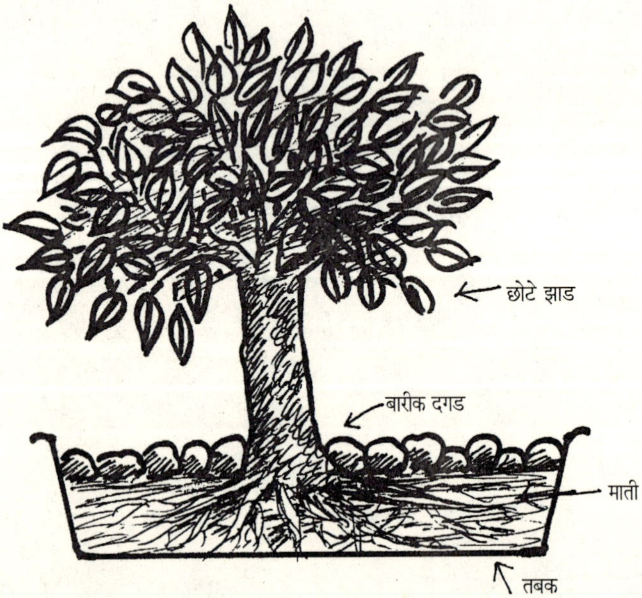

साहित्य : एक पसरट ट्रे ज्याच्या तळाशी पाण्याचा निचरा होण्यासाठी छिद्र आहे. हे ट्रे प्लॅस्टिक, लोखंडी पत्रा, तसेच भाजलेल्या मातीचे असले तरी चालतात. आकाराने वर्तुळाकार किंवा आयताकृती असले तरी चालतात. खत मिसळलेली काळी माती, तांब्याच्या तारा, छोटे छोटे दगड.

कृती : (अ) रोपापासून बोनसाय तयार करणे–

समजा आपणास वडाच्या झाडाचे बोनसाय बनवायचे आहे. त्यासाठी वडाचे रोप आणावे लागेल. रोपाच्या मुळ्या मोकळ्या करून त्यांना पसरून घ्यावे. ट्रेमधील मातीवर त्यांना ठेवून वरून माती टाकून त्यांना झाकून टाकावे. झाडाचे खोड सरळ उभे ठेवावे. पानाच्या वजनामुळे खोड तिरपे होऊन मुळ्या मातीच्या बाहेर येऊ नये म्हणून मातीवर लहान लहान दगडाचे खडे अंथरून घ्यावे. झाडाला मोजकेच पाणी द्यावे.

रोप वाढीस लागून ते उंच होऊ लागेल. रोप एक फूट उंच झाले की, त्याचा शेंडा कापून टाकावा. त्यामुळे रोपाची उंची कमी राहील. बोनसायच्या झाडाची एकूण उंची एक ते सव्वा फूट असावी. शेंडा कापून टाकल्यामुळे रोपाच्या आडव्या फांद्या वाढू लागतील. त्यांना योग्य प्रकारे वळविण्यासाठी त्यांना बारीक तांब्याची तार बांधून जिकडे फांदी वळवायची असेल त्या बाजूला ताण देऊन तार खोडाला बांधून टाकावा. फांदी एकदम एकाचवेळी वळवू नये. नाहीतर फांदी मोडून जाईल. थोडा ताण देऊन काही दिवस थांबावे. पुन्हा थोडा ताण द्यावा. पुन्हा काही दिवस थांबावे, पुन्हा ताण द्यावा. अशा प्रकारे झाडाचा डौल कायम राहील अशा रीतीने सर्व फांद्या हळूहळू वळवाव्यात. अनावश्यक व झाडाचा डौल बिघडविणारे काही शेंडे असतील तर ते छाटून टाकावे. डौलदार झाड तयार झाले की, तांब्याच्या तारा काढून टाकाव्या.

वरचे काम करीत असताना ट्रेमधील रोपाच्या मुळाची वाढ चालूच असते. ट्रेमध्ये जागा कमी असल्यामुळे मुळे एकमेकांत गुंतून त्याची जाळी तयार होऊ नये म्हणून त्यांना कापावे लागते. त्यासाठी ट्रेचा एक कोपरा घेऊन त्या ठिकाणची माती बाजूला करून काही बारीक बारीक मुळे कापावी. फार जास्त मुळे कापू नये. नाहीतर झाड सुकेल. माती

पुन्हा सारखी करून घ्यावी. पंधरा दिवसांनी दुसऱ्या कोपऱ्यातील मुळे कापावी. अशा प्रकारे मुळेसुद्धा जास्त वाढणार नाही.

अशा प्रकारे मुळांची व शेंड्याची छाटणी करून झाडाची वाढ नियंत्रित करता येते. झाड जरी लहान असले तरी त्याचा आकार मोठ्या झाडाप्रमाणे व गुणधर्म मोठ्या झाडाप्रमाणेच असतात. मोठ्या झाडाप्रमाणे या छोट्या झाडाला पारंब्यासुद्धा येतात. हे बोनसाय मोठ्या झाडाची छोटी प्रतिकृती दिसते व आपल्या दिवाणखान्याची शोभा वाढविते.

ब) बियांपासून बोनसाय तयार करणे –

बियांपासून वेगळ्या कुंडीत किंवा जमिनीत रोप तयार करावे. ते मोठे होऊ द्यावे. नंतर ते हळुवारपणे मुळासहित उपटून बोनसायच्या ट्रेमध्ये बसवावे. नंतर त्यावर सर्व प्रक्रिया मागील भागात सांगितल्याप्रमाणे कराव्यात.

क) फांदीच्या तुकड्यापासून बोनसाय करणे -

कलम केलेली फांदी घेऊन कुंडीत लावावी व तिचे रूपांतर रोपट्यात होऊ द्यावे. या रोपट्याला मुळे फुटण्यास बरेच दिवस लागतात. म्हणून धीर धरावा. रोपटे उपटून ट्रेमध्ये लावण्याची घाई करू नये. रोपट्याला खूप मुळे फुटली की, त्याची वाढ भराभर होऊ लागते. नंतरच या रोपट्याला ट्रेमध्ये घ्यावे व त्यावर बोनसाय बनविण्याची प्रक्रिया करावी.

तयार झालेले बोनसाय सतत सावलीत राहिले तर कोमेजून जाईल. म्हणून सकाळच्या कोवळ्या उन्हात २-३ तास ठेवावे व नंतर सावलीत ठेवावे. पाणी टाकताना मोजकेच पाणी टाकावे.

अशा प्रकारे सीताफळ, चिकू, लिंबू, वड, पिंपळ अशा झाडांचे बोनसाय करून पाहण्यास हरकत नाही.

❖

पक्ष्यांसाठी आसरा व अन्न

आपल्या घरासमोर थोडीशी मोकळी जागा असेल तर पक्ष्यांसाठी सावली, अन्न व पाणी याची व्यवस्था करता येते. त्यासाठी फार खर्चही येत नाही.

साहित्य : ७-८ फूट लांबीची बांबूची काठी, लाकडी चौकोनी पाटी, दोन चौकोनी लाकडी पाट्या, पाणी ठेवण्यासाठी मातीचा वाडगा.

कृती : एका चौकोनी लाकडी पाटीवर मध्यभागी बांबूचा तुकडा उभा करा. दोन लाकडी पाट्या एकमेकींना जोडून त्यांचे उतरते छप्पर तयार करा. हे छप्पर बांबूच्या तुकड्याच्या वरच्या टोकावर घराप्रमाणे पक्के करा. आकृतीत दाखविल्याप्रमाणे घराप्रमाणे तयार झालेला आकार लांब बांबूच्या एका टोकावर खिळे ठोकून पक्का करा. जमिनीत खड्डा करून हा बांबू पक्का उभा करा. वरच्या पाटीवर धान्याचे दाणे पसरून ठेवा. त्याच्या जवळ मातीच्या वाडग्यात पाणी भरून ठेवा.

पाटीवर छपराची सावली पडते. त्या सावलीत बसून दाणे खाण्यासाठी पक्षी येतात. दाणे खातात, पाणी पितात व उडून जातात. घराच्या खिडकीत बसून आपल्याला पक्षी निरीक्षणाचा आनंद घेता येतो व वेळ कसा निघून गेला हे कळतही नाही.

❖

पक्ष्यांसाठी पेय

सर्वच पक्षी पाणी पितात. काही पक्षी फुलातील मध त्यांच्या बारीक चोचीने शोषून घेतात. आपणसुद्धा त्यांच्यासाठी पेय तयार करू. ते एकदा पक्ष्यांना माहीत झाले की, पक्षी नेहमी तेथे येतील व त्यांचे निरीक्षण करता येईल.

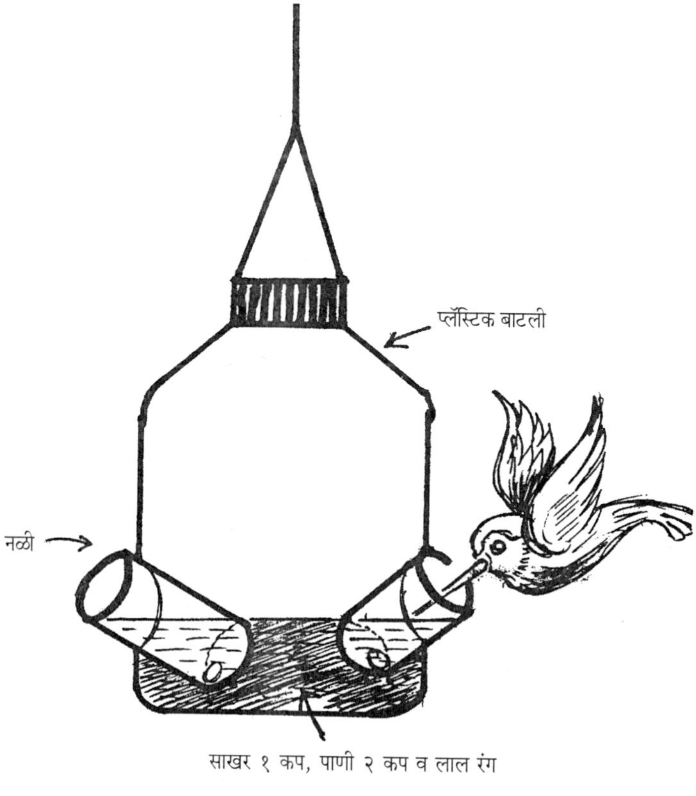

साहित्य : प्लॅस्टिकची मजबूत बाटली, फिल्म रोलच्या दोन डब्या, थोडेसे एम-सील, साखर, पाणी, खाण्याचा लाल रंग.

कृती : प्लॅस्टिकच्या बाटलीला तळाकडच्या बाजूला गोल छिद्र पाडावे. रोलची डबी त्या छिद्रात बरोबर बसेल एवढे ते मोठे असावे. रोलच्या डबीचे झाकण काढून टाका व डबीच्या बुडाला मोठे छिद्र पाडा. डबीचे बूड बाटलीच्या छिद्रात घाला. डबीचे तोंड वरच्या बाजूला वळलेले पाहिजे. डबीचा आणि बाटलीच्या छिद्राचा जेथे जोड आहे, त्याच्या भोवती एम-सील लावा. म्हणजे तेथून लिकेज होणार नाही. अशाच प्रकारे दुसऱ्या बाजूने आणखी एक डबी बसवा.

एका भांड्यात दोन कप पाणी घ्या. त्यात एक कप साखर विरघळवा. त्यात खाण्याचा लाल रंग टाका. तयार झालेले गोड पाणी बाटलीत ओता. बाटलीतून ते डबीमध्ये येईल. त्यातून ते खाली पडणार नाही इतकेच भरा. या बाटलीला वरच्या बाजूला दोरी बांधून झाडाला टांगा. ज्या पक्ष्यांना गोड रंगीत पाणी प्यावयाचे असेल ते आपली चोच डबीत घालून पाणी पितात व उडून जातात.

❖

साध्या-सोप्या प्रयोगांचे संकलन

विज्ञानातील रंजकता

डी. एस. इटोकर

'विज्ञान' हा विषय अतिशय रंजक आहे. त्याच्या अभ्यासाने ज्ञान तर वाढतेच, पण आपल्या दैनंदिन जीवनात ज्या अनेक घटना घडतात, त्यांचे आकलनसुद्धा होते.
असाच या विज्ञानाची रंजकता जाणून घ्या, साध्या तत्त्वावर आधारलेल्या खेळणी किंवा उपकरणांमधून...!

विज्ञानातील रंजक प्रयोग

विज्ञानातील गमतीजमती

डी. एस. इटोकर

'विज्ञान' हा विषय समजण्यास कठीण असतो, अशी सर्वांची धारणा असते. त्याचेच दडपण मुलांच्या मनावर असते.
हा विषय प्रयोगाच्या माध्यामांतून सहज-सोपा करण्यासाठी, त्यातून स्वनिर्मितीचा आनंद मिळवण्यासाठी एवढंच काय त्यातून आत्मविश्वास मिळवण्यासाठी... मुलांचे मार्गदर्शक असणारे पुस्तक विज्ञान-गमती!